பிஞ்சுகள்

பிஞ்சுகள்

கி. ராஜநாராயணன் (1923–2021)

கோவில்பட்டி அருகே இடைசெவல் கிராமத்தில் ஸ்ரீ கிருஷ்ண ராமானுஜம் – லக்ஷ்மி அம்மாள் தம்பதியரின் ஐந்தாவது குழந்தை கி. ராஜநாராயணன். இவருக்குப் பெற்றோர் இட்ட பெயர் ஸ்ரீ கிருஷ்ண ராஜநாராயண பெருமாள் ராமானுஜம் நாயக்கர். இவரது முன்னோர்கள் சில நூற்றாண்டுகளுக்கு முன்னர் தெலுங்கு தேசத்திலிருந்து வந்து இங்கே குடியேறியவர்கள்.

கி.ரா.வின் படிப்பு எட்டாவது வகுப்புடன் நின்றுவிட்டது. ஆனால் நிறைய புத்தகங்களைப் படிக்கத் தொடங்கினார். கரிசல் பூமியும் அதன் மக்களும் இவரை எழுதத் தூண்டின. தந்தையிடமிருந்து கேட்ட கதைகள் அதற்கு உரமிட்டன. கி.ரா.வின் எழுத்து நடை கிராமிய மணமும் கரிசல் மண்ணின் அழகும் கொண்டது. பாமர மக்களின் பேச்சுவழக்கையும் சொலவடைகளையும் லாவகமாகக் கையாண்டவர். இவரது முதல் நாவலான 'கோபல்ல கிராமம்' பெரிய வரவேற்பைப் பெற்றது. தொடர்ந்து நாடோடி இலக்கியம், சிறுகதைகள், நாவல்கள், கட்டுரைகள் என்று முப்பதுக்கும் மேற்பட்ட நூல்களை எழுதியுள்ளார். இவரது வட்டார வழக்குச் சொல்லகராதி முக்கியமான தொகுப்பு.

கதைசொல்லி என்ற இதழை நடத்தினார். பாண்டிச்சேரியில் வசித்த இவர், அங்குள்ள பல்கலைக்கழகத்தில் நாட்டுப்புறவியல் துறையின் இயக்குநராகப் பணிபுரிந்துள்ளார்.

சாகித்திய அகாதெமி விருது, இலக்கியச் சிந்தனை விருது, தமிழக அரசின் விருது, கனடா தமிழ் இலக்கியத் தோட்டத்தின் 2016ஆம் ஆண்டுக்கான தமிழ் இலக்கியச் சாதனை விருது உள்ளிட்ட தமிழின் முக்கிய இலக்கிய விருதுகளைப் பெற்றிருக்கிறார்.

2021ஆம் ஆண்டு மே மாதம் 17ஆம் நாள் புதுச்சேரியில் காலமானார். கி.ரா.வின் உடல் அவரது சொந்த ஊரான இடைசெவலில் அரசு மரியாதையுடன் தகனம் செய்யப்பட்டது.

கி. ராஜநாராயணன்

பிஞ்சுகள்

காலச்சுவடு பதிப்பகம்

- அன்பார்ந்த வாசகருக்கு,

வணக்கம்.

காலச்சுவடு நூலை வாங்கியமைக்கு நன்றி.

நூலின் உள்ளடக்கம், உருவாக்கம், அட்டைப்படம் இன்ன பிற அம்சங்கள் பற்றிய உங்கள் கருத்துகளையும் ஆலோசனைகளையும் காலச்சுவடு வரவேற்கிறது. தகவல், எழுத்து, வாக்கியப் பிழைகள் தென்பட்டால் அவசியம் தெரிவித்து உதவுங்கள். நூல் தயாரிப்பில் கடும் குறைபாடு இருப்பின் மாற்றுப் பிரதி உங்களுக்குக் கிடைக்கக் காலச்சுவடு ஏற்பாடு செய்யும்.

மின்னஞ்சல்: **publisher@kalachuvadu.com**

காலச்சுவடு நாகர்கோவில் அலுவலகத்திற்குக் கடிதம் அனுப்பலாம்.

தங்கள்
எஸ்.ஆர். சுந்தரம் (கண்ணன்)
பதிப்பாளர் – நிர்வாக இயக்குநர்

பிஞ்சுகள் ❋ குறுநாவல் ❋ ஆசிரியர்: கி. ராஜநாராயணன் ❋ ©கி.ரா. திவாகரன், கி.ரா. பிரபி (எ) பிரபாகர், க. சங்கர் (எ) இளவேனில் ❋ முதல் பதிப்பு: ஆகஸ்ட் 1979 ❋ காலச்சுவடு முதல் பதிப்பு: ஜூலை 2024, இரண்டாம் பதிப்பு: பிப்ரவரி 2025 ❋ வெளியீடு: காலச்சுவடு பப்ளிகேஷன்ஸ் (பி) லிட்., 669, கே.பி. சாலை, நாகர்கோவில் 629001

PiñcukaL ❋ Novelette ❋ Author: Ki. Rajanarayanan ❋ ©Ki.Ra. Diwakaran, Ki.Ra. Prabhakar, K. Sankar (Puduvai Ilavenil) ❋ Language: Tamil ❋ First Edition: August 1979 ❋ Kalachuvadu First Edition: July 2024, Second Edition: February 2025 ❋ Size: Crown 1 x 8 ❋ Paper: 18.6 kg maplitho ❋ Pages: 96

Published by Kalachuvadu Publications Pvt. Ltd., 669 K.P. Road, Nagercoil 629001, India ❋ Phone: 91-4652-278525 ❋ e-mail: publications@kalachuvadu.com ❋ Printed at Mani Offset, Chennai 600077

ISBN: 978-93-6110-228-8

02/2025/S.No. 1295, kcp 5626, 18.6 (2) urss

எனது குழந்தைப் பிராயத்தில்
என்னில் வாழ்ந்த
'பிரபி'க்கு.

1

வீட்டைச் சுற்றிலும் கட்டப்பட்டிருந்த மதில் சுவர் உயரமானது அல்ல. சில இடங்களில் இடுப்பு உயரத்துக்கும் சில இடங்களில் முழங்கால் உயரத்துக்கும்கூட இருந்தது. உயரம் கம்மியான இடங்களில் உடைமுள்ளை நட்டி ஈடுசெய்திருந்தார்கள்.

அந்த வீட்டுக்குப் பின்புறத்திலேயே விஸ்தாரமான களமும் அமைந்திருந்தது. அதை ஒட்டி நாத்துப் படப்பு, கம்மந்தட்டைப் படப்பு, சோளத்தட்டைப் படப்பு, உளுந்தம் பொட்டுச் சாணை, வரகு, வைக்கோல்போர் முதலியவற்றையும் ஒழுங்குபடுத்தியிருந் தார்கள்.

இவைகளுக்கெல்லாம் கொஞ்சம் தள்ளி ஒரு சிறிய 'பொசல் வண்டி டக்கு' மாதரி நீளமான, வெங்காயக் கோக்காலியை நிரைந்து, அதுக்குள் நிறைய ஈராங்காயம்* போட்டு முகடு கூட்டி வேய்ந்திருந்தார்கள். இப்படி வெங்காயத்தை மழைக்கும் நனையாமல் வெயிலுக்கும் காயாமல் காற்றோட்டமாய் வைத்திருந்தால், கெட்டுப் போகாமல் அதை ரொம்ப நாளைக்கு இருப்பு வைத்துக் கொள்ளலாம்.

---

* வெங்காயம்.

வெங்காயக் கோக்காலியைப் புதுசாகப் பார்க்கிறவர்களுக்கு ஆச்சரியமாயிருக்கும். ஏதோ ஒரு பறவைக்கூடு போல இருக்கிறதே என்று நினைப்பார்கள்.

கோக்காலிக்குப் பக்கத்திலுள்ள வரகு வைக்கோல்போரை ஒட்டி ஒரு பனை ஓலைக் குடிசை வேய்ந்திருந்தார்கள். ராத்திரி வேளைகளில் படப்புக் காட்டுக் காவலுக்காக அந்த வீட்டின் வேலையாட்கள் வந்து அதனுள் படுத்துக்கொள்வார்கள்.

கடுங்கோடை காலம் அப்பொழுது. அந்தக் குடிசைக்குள்ளே வெங்கடேசு ஐம்புத் தட்டைக் கொங்காணி**யைத் தரையில் போட்டு உட்கார்ந்து வரகு வைக்கோல்போர்மீது சாய்ந்துகொண்டிருந்தான். ரொம்பப் புழுக்கமாக இருந்ததால் விசிறிக்குப் பதிலாக, தலைக்கு மேல் குடிசையின் முகட்டுக் கம்பில் ஒரு சேவலைப் பிடித்து அதன் கால்களைக் கட்டி அதைத் தலைகீழாகத் தொங்கவிட்டிருந்தான்.

அவனுடைய தலைக்கு மேலே அது தன் சிறகுகளை வேகமாகப் படபடவென்று அடித்துக்கொண்டிருந்தது. அப்படிச் சிறகுகளை அடிக்கும்போது அதிலிருந்து வரும் காற்று அவனுக்குச் சொகமாய் இருந்தது.

இறக்கைகள் ஓய்ந்துவரும்போது அந்தச் சேவல் கொஞ்சம் ஓய்வு எடுத்துக்கொள்ளும். பிறகு திரும்பவும் வேகமாக விசுறும் அவனுக்கு.

வெங்கடேசு சிரித்து ரொம்ப நாளாகிறது. இடுப்பில் கைகளை ஊன்றிக்கொண்டு தலையை அண்ணாந்து, வாய்விட்டு அலை அலையாகச் சிரித்து ரொம்ப நாட்களாகிவிட்டது. அவனுடைய ஒன்பதாவது வயசில் அவனுடைய பிரியமுள்ள அம்மா, பெரியம்மை நோய் கண்டு இறந்துபோய்விட்டாள். அதை அப்பொழுது

** மழைக்கு நனையாமல் இருக்கத் தலையில் முக்காடு மாதிரிப் போட்டுக்கொள்வது படுக்கையாகவும் உபயோகப்படுத்தலாம்.

யாரும் அவனுக்குச் சொல்லாமல் ரகசியமாக மறைத்து விட்டார்கள். ஏனென்றால் அப்பொழுது அவனுக்கும் பெரியம்மை கண்டு அந்த வீட்டிலுள்ள அறைகளில் ஒன்றில் படுத்திருந்தான்.

அம்மைநோய் கண்டு இறந்துபோனவர்களுடைய வீட்டில் அழுகைச் சத்தமோ சங்கு, மேளம் முதலிய சத்தங்களோ இருக்காது. பக்கத்து ஊரிலுள்ள மிகவும் நெருங்கிய சொந்தக்காரர்களுக்குக்கூடச் சொல்லியனுப்ப மாட்டார்கள். காதும் காதும் வைத்ததுபோல் அவ்வளவு ரகசியமாய் உடனே ஒரு அகலமான துப்பட்டியை விரித்து அதில் இறந்துபட்டவரை புரட்டித் தள்ளி, துப்பட்டியின் விளிம்புகளை முடிந்து அதுக்குள் ஒரு நீளமான கம்பைக் கொடுத்து அதைத் தோள்களில் தாங்கி தூக்கிக்கொண்டு சுடுகாட்டுக்கு வேகமாய்ப் போவார்கள். தூரத்திலிருந்து பார்க்கிறவர்களுக்கு, தூளியில் ஒரு ஆள் படுத்துத் தூங்கிக்கொண்டு போவதுபோல் தெரியும்.

வெங்கடேசுக்குக் குணமாகி அவன் எழுந்திருந்து உட்காந்தபோது முகம் உடம்பெல்லாம், மண்ணினால் பூசிமொழுகிய சிலைமீது தூற்றல் விழுந்து நின்றுபோன அடையாளங்கள் மாதரி தழும்புப் பள்ளங்கள் நிறைந்து காணப்பட்டன.

சுற்றிலும் அவன் முகம் திருப்பித் தனது பிரியமுள்ள அம்மாவைத் தேடினான். அப்போது அவனுடைய பாட்டி சொன்னாள் “பெரியவனே, படுத்துக்கோப்பா. அம்மாதானே? வருவா. ஊருக்குப் போயிருக்கா; வருவாப்பா, படுத்துக்கோ; கண்ணுல்லையா நீ.” இப்படிச் சொல்லிவிட்டுப் பாட்டி தனது கண்ணீரை அவன் பார்த்துவிடாமலிருக்க மறுபக்கம் முகத்தைத் திருப்பிக் கொண்டாள்.

தன்னை இந்த நிலையில் விட்டுவிட்டுத் தன்னுடைய அம்மா ஊருக்குப் போனது வெங்கடேசுக்கு ஆச்சரிய மாகவும் வருத்தமாகவும் இருந்தது.

அவனுடைய படுக்கையில் அம்மாவின் மணம் இல்லை. அம்மா தன்னோடு அந்தப் படுக்கையில் படுத்துப் படுத்து அந்தப் படுக்கைக்கே அப்படி ஒரு வாசனை வந்திருந்தது. இப்பொழுது வேப்பிலையும் மஞ்சளும் கலந்த ஒரு கசந்த வாடை. படுக்கை பூராவும் உதிர்ந்த பொருக்குகள்; அவை வேறு அழுத்தித் துன்பம் கொடுத்தது.

பாட்டி சொன்னபடியே படுக்கையில் படுத்துக் கொண்டான். ஆனால் அவனால் அமைதிகொள்ள முடிய வில்லை. அழ வேண்டும்போல் இருந்தது. முட்டிக்கொண்டு வந்த அழுகையை அடக்க முடியாமல், "அம்மா எப்பொ வருவா பாட்டி?" என்றான்.

பாட்டியாலும் அதுக்கு மேல் பொறுத்துக்கொள்ள முடியலை. "பெரியவனே, நீ அழுதால் பாட்டிக்கும் அழுகை வரும்" என்று சொல்லி அவனது கண்ணீரையும் துடைத்துத் தனது கண்ணையும் துடைத்துக்கொண்டாள்.

அப்பொழுது அந்த அறையின் வாசலில் ஒரு நிழல் உருவம் வந்து செருமும் சத்தம் கேட்டது.

கி. ராஜநாராயணன்

2

பாட்டியும் வெங்கடேசும் செருமல் வந்த திக்கில் பார்த்தார்கள். வெங்கடேசுவின் அப்பா நின்றுகொண்டிருந்தார்.

அப்பா என்றாலே அவனுக்குப் பயம். அவன் என்றால் அப்பாவுக்கு கோபம்; எரிச்சல். அவன் பள்ளிக்கூடத்துக்குப் போகாமல், ஊரைச் சுற்றுகிறது அப்பாவுக்கு அறவே பிடிக்கவில்லை.

ஒருநாள் அவன், நெற்றியில் விபூதி பூசிக்கொண்டு வீட்டுக்கு மறந்துபோய் வந்துவிட்டான். அவர்கள் எல்லோரும் தீவிர வைஷ்ணவர்கள். வைஷ்ணவர்கள் விபூதியைக் கையாலே தொடக் கூடாது; சொல்லப் போனால் பார்க்கவே கூடாது. அவர்களுடைய வீட்டில் சிவன் பெயர் வரக்கூடிய வேலைக்காரர்களை வைத்துக் கொள்ள மாட்டார்கள். சிவன் பெயர் வரும் ஊரின் பெயரைக்கூடச் சொல்ல மாட்டார்கள். சங்கரன்கோவிலை "ரோட்டூர்" என்று மறுபெயரில்தான் சொல்லுவார்கள்! அப்படிப்பட்ட ஒரு வீட்டில் பிறந்த பையன் விபூதியைப் பூசிக்கொண்டு வந்து நின்றால்?

இவனுக்கு செந்திவேல் என்று ஒரு நண்பன் உண்டு. வகுப்பில் கூடப்படிக்கிறவன்.

காளி கோயில் பூசாரியின் மகன். காளி சிலையைப் போலவே அவனும் நல்ல கருப்பு. நெற்றியில் மட்டும் விபூதிப் பூச்சினால் ஒரு வெள்ளை; சிரித்தால் இன்னொரு வெள்ளை தெரியும். அவன் வாய்திறந்து பலமாகச் சிரித்தால் பற்களின் ஈறு தெரியும்; அந்த ஈறும்கூட நல்ல கருப்பு.

செந்திவேல் கிட்டே வந்தால் ஒரு மணம் மணக்கும். அது விபூதியின் மணம் என்று வெங்கடேசுக்கு ரொம்ப நாள் கழித்துத் தெரிந்ததும் ஆச்சரியப்பட்டுப் போனான். இந்த விபூதியின் மணமே முதலில் நண்பர்களாக ஆக்கியது இவர்களை.

மத்தியானம் பள்ளிக்கூடம் விட்டதும் செந்திவேல்தான் காளி கோயிலுக்குப் பூசை செய்வான். காளி கோயில் பள்ளிக்கூடத்துக்குப் போகிற பாதையில் இருக்கிறது.

அவசர அவசரமாய் வெங்கடேசு சாப்பிட்டுவிட்டுக் காளி கோயில் பூசையில் கலந்துகொள்ள ஓடுவான், இவன் அங்கே போய்ச் சேரும்போது கோயிலின் கூரை வேய்ந்த மடப்பள்ளியில் செந்திவேல் பளபளவென்று மின்னும் வெங்கல உருளியில் வெங்கல அகப்பையால் வெண்பொங்கலை ஆவி பறக்கக் கிளறிக் கொண்டிருப்பான்.

வெங்கடேசுவைத் தவிர அவன் யாரையும் மடப்பள்ளிக்குள் அனுமதிக்க மாட்டான். இது வெங்கடேசு வுக்கு ஒரு தனிப் பெருமையாக இருக்கும்.

"இதிலே உப்புப் போடுகிறதில்லையா?" என்று ஒரு நாள் இவன் கேட்டான்.

"போடுறதில்லை. சாமிக்குப் பண்றதில் போடக் கூடாது."

"அப்பொ இதெச் சாப்பிடறப்பொ சப்பெண்ணு இருக்குமே!"

"ரொம்ப நல்லா இருக்கும்; கூடத் தேங்காய்ச் சில்லையும் கடிச்சிக்கிடணும். நீ எங்க வீட்டுக்கு ஒரு நா வா தாரேன்."

அவன் விபூதியைத்தான் பிரசாதமாக வழங்குகிறது; பொங்கலை அல்ல. அதனால் வெங்கடேசுக்கு அதன் ருசி தெரியக் காரணமில்லை.

பொங்கல் செய்து முடிந்ததும் அம்மனைக் குளுப்பாட்டு வான். அம்மனைக் குளுப்பாட்டும்போதும், அது முடிந்து அலங்காரம் செய்யும்போதும் யாரும் பார்க்காமல் இருக்க செந்திவேல் திரை போட்டுக்கொள்வான். இது முடிகிறவரைக்கும் வெங்கடேசு பொறுமையாகக் காத்திருப்பான்.

ஒருநாள் அவனுக்கும் அதைப் பார்க்கணும் என்று ஆசையாக இருந்தது. செந்திவேலிடம் கேட்டான். அவன் முதலில் தயங்கினாலும் பிறகு, சரி வா என்று பக்கத்தில் வந்து இருக்க அனுமதித்தான்.

முதலில் அவன் அம்மன் முகத்திலுள்ள கண்மலர்களை அகற்றினான். அப்புறம் விபூதிப் பட்டைகள், பிறகு ஒட்டியாணம். ஒட்டியாணத்தை அவிழ்த்து வைத்து விட்டுச் சேலையைக் களைந்தான். அவன் அப்படிச் செய்ததும் வெங்கடேசு திடுக்கிட்டு இரண்டு எட்டுகள் பின்வாங்கினான். அம்மன் கழுத்தில் தாலி மட்டுமே இருந்தது.

மடமடவென்று சிலைமீது தண்ணீரைக் கொட்டி னான். எண்ணெய்ப் பளபளப்புள்ள கருத்த சிலைமீது தண்ணீர் ஓடியது, பார்க்க 'ஒரு இது'வாக இருந்தது. முத்து முத்தாகத் தண்ணீர் பல இடங்களில் நின்று மின்னியது. ஒரு குழந்தையைத் தேய்த்துக் குளுப்பாட்டுவதுபோல் அந்தச் 'சிறிய பூசாரி' செய்தது இவனுக்குப் பார்க்க ஆனந்தமாய் இருந்தது.

அம்மனை அலங்காரம் செய்தான். கடேசியில் விபூதிக் கொப்பரையில் போட்டிருந்த கண்மலர்களை விபூதியால் துடைத்தெடுத்து அணிவித்தான். பளிச்சென்று அம்மன் இவனைப் பார்த்துச் சிரித்தாள்.

வெங்கல உருளியின் வாய்க்குள் அகப்பையைக் கொடுத்து அப்படியே மடப்பள்ளியிலிருந்து தூக்கிக் கொண்டு வந்தான் செந்திவேல். அது இவனுக்கு நித்த ஆச்சரியம். நுழைக்கும்போது போகும் அகப்பை தூக்கும்போது வெளியே வந்துவிடாதா? வர்ரதில்லை! உருளியைத் தொடாமல் அகப்பையின் காம்பை மட்டும் பிடித்து உருளியைத் தூக்கிக்கொண்டு வந்துவிடுகிறானே.

பூசை நடக்கும்போது வெங்கடேசு அந்தக் கோயிலின் நடுவில் கட்டியுள்ள பெரிய மணியின் நாக்கிலிருந்து தொங்கும் கயிற்றைப் பிடித்துக்கொண்டு தயாராக இருப்பான். பூசாரி கைமணியை எடுத்து ஆட்ட ஆரம்பித்தவுடனே இவன் 'டாண்ண்... டாண்ண்... என்று அடிப்பான். மணியின் நாதம் கேட்டதும் காகங்கள் கரைந்துகொண்டே கோயிலைப் பார்க்க ஓடிவரும். பறந்தோடி வந்த காகங்கள் தயாராய்க் கோயிலின் கூரை யிலும் பக்கத்தில் நிற்கும் வேப்ப மரத்திலும் காத்திருக்கும்.

காகங்களைப் போலவே பூசைமணிச் சத்தம் கேட்டுக் குளத்தங் கரையிலுள்ள ஆடு மேய்க்கும் பையன்களும் பள்ளிக்கூடத்துப் பையன்களும் ஓடிவருவார்கள். வெங்கடேசு கொஞ்சநேரம் மணியடித்துவிட்டுக் காகங்களைப் பார்ப்பதற்காக வெளியே வந்துவிடுவான்.

செந்திவேல் இடது கையினால் மணியடித்துக் கொண்டே வலது கையில் பூசைக்குரிய சாமான்களடங்கிய தாம்பாளத்தை ஏந்திக்கொண்டு பீடத்துக்கு முன்னால் வந்து நிற்பான். மார்பில் சந்தனமும், உடம்பில் திருநீற்றுக் கோடுகளும் நெற்றியில் குங்குமப் பொட்டுமாகக் கோலாகலமாய் இருப்பான். இப்பொழுது பீடத்துக்கும் அதேபோல் பூசை நடக்கும். பூசையின்போது என்ன கவனமாக இருந்தாலும் இடது கையிலுள்ள மணி ஒலிப்பது நிற்காது.

பூசை முடிந்து அவன் கோயிலுக்கு உள்ளே போகும் போது பீடத்தில் வைத்த வெண்பொங்கலை நோக்கி

அத்தனை காகங்களும் அதுக்காகவே காத்திருந்தது போலப் பாய்ந்து வந்து மனித பயம் இன்றிக் கொத்தி உண்ணும். மணி அடித்தவுடன் காகங்கள் அதைக் கேட்டு ஓடி வருவது வெங்கடேசுக்கு ஒரு ஆச்சரிய ஆனந்தம். தினமும் இந்தக் காட்சியைத் தவறவிட மாட்டான். இதைப் பார்ப்பதற்காகவே இங்கே தினமும் வருகிறான்.

பூசை முடிந்தவுடன் செந்திவேல் அனைவருக்கும் விபூதி வழங்குவான். முதலில் யாராவது பெரிய ஆட்கள் இருக்கிறார்களா என்று கவனிப்பான். அப்படிப் பெரிய ஆட்கள் இருந்தால் அவர்களில் யாருக்கு வயது அதிகம், முதலில் யாருக்குத் திருநீறு கொடுக்க வேண்டும் என்பதெல்லாம் தெரியும் அவனுக்கு. இரண்டு பெரியவர்கள் சமவயதுடையவர்களாகத் தெரிந்தால் அவர்களுக்கு முன்பாகப்போய்த் திருநீற்றுக் கொப்பரையை நீட்டி விடுவான்! பையன்களாகவே இருந்தால் முதல் திருநீறு வெங்கடேசுக்குத்தான். இவன் வைஷ்ணவ வீட்டுப் பிள்ளையானாலும் செந்திவேலின் அன்புக்காக அதை நெற்றியில் இட்டுக்கொள்வான். வெளியே வந்தவுடன் ஞாபகமாய் அழித்துவிடுவான். ஆனால் அன்று ஏதோ விளையாட்டு ஞாபகமாய், இட்டுக்கொண்ட விபூதியை அழிக்க மறந்துபோய் வீட்டுக்குப் போய்விட்டான்.

பிஞ்சுகள்

3

இவன் வீட்டுக்குள் நுழையும்போதே, அப்பா வீட்டின் முன்தொழுவின் திண்ணையில் உட்கார்ந்துகொண்டு வேஷ்டியை உயர்த்தி விட்டுக்கொண்டு தொடைமீது அழுத்திக் கயிறு திரித்துக்கொண்டிருந்தார். அவருக்கு முன்பு ஒரு போகணி*யில் தண்ணீர் இருந்தது. அடிக்கடி அதிலிருந்து கொஞ்சம் தண்ணீரை எடுத்துத் திரிக்கும் கயிற்றின்மீது தெளித்துக்கொள்வார். நல்ல கனமான கயிறு. அதன் நுனியில் ஒரு பம்பர முடிச்சுப் போட்டிருந்தது.

வீட்டுக்குள் நுழையும்போதே இவனை அப்பா பார்த்துவிட்டார். அருகே வரும்படி கூப்பிட்டார். வெங்கடேசுக்கு ஆச்சரியம்; தன் தகப்பனார் தன்னை ஒரு நாளும் இவ்வளவு அன்போடு அருகே கூப்பிட்டதில்லை. போனான்.

திடீரென்று ஒரு கர்ஜனை. இடியும் மின்னலும் தன்மேல் தாக்கியது போலிருந்தது. கொஞ்சநேரம் கழித்துத்தான் அப்பா தன்னை அடித்துக்கொண்டிருக்கிறார் என்று தெரிந்தது. அப்பாவின் முகத்தையே பார்த்துக் கொண்டு தள்ளாடினான். தான் ஒரு குற்றமும் செய்யவில்லையே, ஏன் இப்படி ஆவேசமாக அப்பா அடிக்கிறார்?

---

* விரிந்த அடிப்பகுதி கொண்ட பாத்திரம்.

ஈரத்தில் கனமாகி, பெரிய முடிச்சுகொண்ட அந்தக் கயிற்றின் நுனி, தன் நெற்றியில் கண் பொருத்தில் செவ்வியில் அடித்துவிட்டுப் பின்வாங்கி அதைவிட வேகமாகத் திரும்பவும் வந்து தாக்கிக்கொண்டிருந்தது. "அம்மா... அம்மா... அம்மா..."

வீட்டினுள்ளிருந்து அம்மா இரண்டு கைகளையும் முன் நீட்டிக்கொண்டே "ஐயோ எங் குழந்தை; எங் குழந்தை" என்று கூவிக்கொண்டே ஓடிவந்து இவனைச் சேர்த்துக் கட்டிக்கொள்கிறாள். சேர்த்து அவளுக்கும் இரண்டு அடிகள் கிடைக்கின்றன.

அதே அப்பா இப்பொழுது வந்து தன் அழுகை சத்தத்தைக் கேட்டு நின்று பார்த்துவிட்டு, செருமிவிட்டுப் போகிறார். பாட்டியின் மடியில் முகத்தைப் புதைத்துக் கொண்டு விசித்தான்.

செந்திவேல் ஒரு நாள் இவனைத் தன்னுடைய சிறிய கூரை வீட்டுக்குக் கூட்டிக்கொண்டு போனான். வீட்டின் உள்ளே நுழையும்போதே பூ வாசனை மூக்கைத் துளைத்தது. உள் திண்ணையில் ஒருபுறம் பலவிதமான பூக்கள் அம்பாரமாகக் குவிந்திருந்தது. பக்கத்தில் பூக்குடலைகள், அதன் பக்கத்தில் சன்னமாகக் கிழித்த வாழை நார்கள், செம்புகளில் தண்ணீர் இவை இருந்தன.

அடுத்த திண்ணையில் செந்திவேலின் தகப்பனார் உட்கார்ந்திருந்தார். அவருக்கு இரண்டு கண்களுமே தெரியாது. அம்மை விளையாண்டு, கண்களைக் குருடாக்கி விட்டாள்.

செந்திவேல் தன் தகப்பனாரிடம், வந்திருக்கிறது இன்னார் என்று சொன்னதும், அவர் இவனை "வாங்க முதலாளி" என்று மரியாதையுடன் வரவேற்றார். சுவரில் அவருடைய தலைக்கு மேலே ஆணியில் ஒரு நாயனம், துணியில் சுருட்டி முடிந்து தொங்கவிடப்பட்டிருந்தது.

பிஞ்சுகள்

பூக்குவியலில் இவன் தனக்கு இஷ்டப்பட்ட பூக்களை எடுத்து முகர்ந்து பார்த்துச் சட்டைப் பைக்குள் போட்டுக்கொண்டான். அவர்கள் புன்னகையுடன் அதை ஆதரித்தார்கள். செந்திவேலின் தாயும் இரு சகோதரிகளும் நாரில் பூக்களை அடுக்கி எடுத்து வைத்துத் தண்ணீர் தொளித்து நாரைத் தடவி இழுத்துவிட்டு வேகமாய்ப் பூ கட்டுவதை இவன் பார்த்துக்கொண்டே இருந்தான். கண் தெரியாதவரும் சிலசமயம் பூ கட்டுவதை அதிசயமாகப் பார்ப்பான்.

நாளாவட்டத்தில் வெங்கடேசும் அவர்களோடு சேர்ந்து பூ தொடுக்கக் கற்றுக்கொண்டான். அவர்களுக்குச் சமமான வேகத்தில் மாலைகள் தொடுக்கவும் கற்றுக் கொண்டான். நார் கிழித்துக் கொடுப்பான். ஆனால் இவன் பெரும்பாலும் அவர்களுடைய வீட்டுக்கு அடிக்கடி போவது பூக்கள்மேல் ஆசைப்பட்டு என்றுகூடச் சொல்ல முடியாது. இவனை அங்கே காந்தம்போல இழுத்தது, செந்திவேலின் தகப்பனார் நாயனம் வாசிப்பதைக் கேட்கத்தான்.

இந்தச் சிறுபையனின் வேண்டுதலைத் தட்டாமல் அவரும் நாயனம் வாசித்தார். அவருக்கும் இப்படி ஒரு ஆள் வேண்டியதிருந்தது போலும். வெங்கடேசு அங்கே போய் உட்கார்ந்த கொஞ்ச நேரத்துக்கெல்லாம் அவரே எழுந்து சுவரில் தொங்கும் நாயனத்தை எடுத்து அதைத் தலைகீழாகக் கவிழ்த்துக் குளிர்ந்த தண்ணீரை அதில் ஊற்றி, அலம்பித் துடைப்பார். இதை இவன் வழக்கமாய்ப் பார்ப்பதால் இவனும் அவருக்கு அதில் உதவிசெய்வான்.

சீவாளிகள்** தொங்கும் கயிறுகளில் பின்னிக் கொண்ட சிக்கல்களை முதலில் சரிபண்ணுவார். அந்தக் கயிறு களில் நிறைய்யச் சீவாளிகளும் யானைத் தந்தத்தினால் செய்த குச்சிகளும் தொங்கும்.

** நாகசுவரத்தில் ஊதுவதற்குத் தேவையான இடைவெளிகள் உடையதாகத் தக்கை, மட்டை முதலியவற்றால் செய்யப்பட்ட சிறு துண்டு.

சீவாளியை எடுத்து வாயில் வைத்து அதில் நிறைய்ய எச்சிலைக் கொடுத்து ஊறவைத்துச் சுவைப்பார். பிறகு அதில் முன் பக்கமாக ஒரு குச்சியை எடுத்துச் சொருகி வைப்பார். இன்னொரு சீவாளியை எடுத்து அதேபோல் செய்து அதன் பின்பக்கம் ஒரு குச்சியைச் சொருகி வைப்பார்.

முதலில் பதமாக்கிய சீவாளியிலிருந்து குச்சியை உருவி எடுத்துவிட்டுத் திரும்பவும் எச்சிலால் ஈரமாக்கிச் 'சீட்டி' அடிப்பார். அது ஏதோ ஒரு பறவை கூப்பிடுவது போல இருக்கும். சீவாளியை நாயனத்தில் சொருகி, நிறுத்தி வைத்துவிட்டு ரெண்டு மூன்று வினாடிகள் கண்ணைமூடி அமைதியாக இருப்பார். பிறகு அவர் முகத்தில் விவரிக்க முடியாத ஒரு பரவசம் தோன்றும். நிமிர்ந்து உட்கார்ந்து நாயனத்தை 'வாரி எடுத்து' வாசிக்க ஆரம்பிப்பார்.

வெங்கடேசுக்குச் சங்கீத ஞானம் என்று கிடையாது. ஆனாலும் அந்த வாத்தியத்திலிருந்து வரும் ஓசை இன்பம் என்னென்னவோ செய்யும். அழுகை வருவதற்கு முன்னால் ஒரு நிலை உண்டு; பாத்திரத்தில், பொங்கி வடியாமல் மேலே ஏறி விளிம்பு கட்டி நிற்கும் அந்த நிலை.

வெங்கடேசுக்குக் குருமலையின் நினைப்பு மனசில் வந்தது. மலையை நெருக்கமாகப் போய்ச் சந்தித்தது அதுதான் முதல் முறை. அப்புறம் எத்தனையோ தரம் இவனை அது அங்கே வா வா என்று கூப்பிட்டிருக்கிறது. அந்த மலையின் கனத்த மௌனமே ஒரு கவர்ச்சி. அதன் பாறைகள்மேல் தேமல் மாதிரி படர்ந்திருக்கும் பாசி, இடையோடியில் முளைத்திருக்கும் பலவகைச் சிறுபுற்கள், நிறம் நிறமான வடிவக் கற்கள். வெயிலுக்குப் பயந்து உள்ளே ஒடுங்கியுள்ள குளிர் இருண்ட, அடர்த்தியாகப் பின்னிய கொடிசெடிகள். பகல் இரவெல்லாம் இரைந்து கொண்டே இருக்கும் கண்ணுக்குப் படாத சிள்வண்டு களின் இரைச்சல். மேய்ந்த புல் வாயிலிருக்க மருண்டு பார்க்கும் புள்ளிமான் கூட்டங்கள். இதெல்லாம் இந்த

இசையைக் கேட்கும்போது காரணமில்லாமல் மனசுக்கு வந்தது.

செந்திவேலின் அப்பா சீவாளியை மாற்றி, குச்சியால் அதில் குத்தித் திருகிவிட்டுத் திரும்பவும் வாசிக்க ஆரம்பித்தார். மலையின் அடிவாரத்தில் தாழையின் புதரிலிருந்து பொங்கி வரும் இனிமையான நீர் ஊற்று. தேங்கிய குட்டைகளில் காற்றின் தள்ளலில் மடிந்து கொடுக்கும் அல்லியின் யானைக் காது இலைகள். அவைகளின் மத்தியில் வானத்தைக் குறிபார்க்கும் அம்புகள்போல் கூம்பி நிற்கும் அல்லி மொட்டுகள். சுற்றிலும் அறிமுகமில்லா ஜீவிகளின் உயிர்க் குரல்கள், கானகமே உயிர் கொண்டு விளங்குகிற தோற்றம். மலையையும் மலையின் நடை பாவடையான இந்தக் கானகத்தையும் விட்டுப் பிரிய வெங்கடேசுக்கு மனம் வந்ததில்லை. மலையிலுள்ள பொடவு***-குகை-களை 'மலையின் காதுகள்' என்று செந்திவேல் சொன்னதும் ஞாபகத்துக்கு வந்தது. பசி ஒன்று மட்டும் இல்லை யென்றால் இங்கேயே எப்பவும் இருந்துவிடலாம். 'மலையே போய் வருகிறேன், இன்னும் வருவேன், உன்னைப் பார்க்க. எத்தனை தரம் வந்தாலும் உன்னைச் சரியாகப் பார்க்க முடியவில்லையே. வீட்டில் அம்மா தேடுவாள். கவலையோடு எனக்காகச் சாப்பிடாமல் காத்திருப்பாள்.'

நாயனம் என்கிற இந்த வாத்தியத்தின் ஒலி வெள்ளம் செவியை நிறைக்கும்போதெல்லாம் இந்தச் சிறியவன் அதைத் தாங்க முடியாமல் நிலை தவறுவான்.

பாட்டியின் மடியில் முகத்தைப் புதைத்துக் கொண்ட வெங்கடேசுக்கு விளிம்பு கட்டிய நிலையிலிருந்து பொங்கி வழியும் நிலைக்கு வந்தது. குலுங்கி அழுத அவனுடைய முதுகை அவள் கைகள் பிரியத்தோடு தடவியது. அப்படியே அயர்ந்து தூங்கிப் போனான்.

*** கல் பொந்து.

கி. ராஜநாராயணன்

4

வெங்கடேசு கண்விழித்தபோது பக்கத்தில் அங்கே யாருமே இல்லை. சோர்வாகவும் ஆயாசமாகவும் வந்தது. என்ன செய்வதென்றே தெரியவில்லை.

சுருதிப் பெட்டியிலிருந்து இடைவிடாமல் சுருதி வழிகிறதுபோல இவனிலிருந்து சோகம் வழிய ஆரம்பித்தது. அது பெருகிக்கொண்டே வந்து, அங்கேயுள்ள பொருட்கள், படுக்கை எல்லாம் மூழ்க ஆரம்பித்த சமயத்தில்தான் அந்தத் துள்ளும் இன்பக்குரல் வந்து காதில் தேன்போல் பாய்ந்தது.

டியூவ்...

டி... டி... டியூவ்

டியூவ்

சட்டென வெங்கடேசு முகம் திருப்பிப் பார்த்தான். ஜன்னல் வழியாகத் தெரியும் எலெக்ட்ரிக் வயரில் உட்கார்ந்துகொண்டு அந்தக் குருவி அப்படி அழைத்தது.

மந்திரவாதியின் மந்திரக்கோல் தட்டிய மாத்திரத்தில் நிகழும் அற்புதம்போல் அவனைச் சுற்றிப் பெருகிய சோகம் சுறுசுறுவென இருந்த இடம் தெரியாமல் வற்றிப்போனது.

அந்தப் பறவை நிலைகொள்ளாமல் சந்தோசத்தில் குதித்துக் குதித்து உட்கார்ந்து அப்படிக் கூப்பிட்டது. அப்படி ஒரு ஆனந்தம் அதுக்கு!

ஒரு வினாடிகூட நிற்காமல் அதன் வாலை ஆட்டிக் கொண்டே இருந்தது.

நாய்க்குச் சந்தோஷம் வந்தால்தான் வாலை ஆட்டும். இந்தக் குருவியோ எப்போது பார்த்தாலும் வாலை ஆட்டிக்கொண்டிருக்கிறது. அதனாலேயே இதுக்கு 'வாலாட்டிக் குருவி' என்று ஒரு பெயர் உண்டு. நாய் இடதும் வலதும் வாலை ஆட்டும்; இதுவோ மேலும் கீழும் ஆட்டுகிறது.

அதோடு இது துணையின்றி வராது என்பது வெங்கடேசுக்குத் தெரியும். அதன் துணையைத்தான் அது அப்படி தன் அருகே வரும்படி அழைக்கிறது.

இவன் படுக்கையில் எழுந்து உட்கார்ந்துகொண் டான். அந்தப் பறவைகளையே பார்த்துக்கொண்டிருந்தான். முகம் மகிழ்ச்சியால் மலர்ந்தது.

உடம்பு வெண்மையும் கழுத்தும் அடிவயிறும் கருப்பும் கலந்த இந்தக் குருவி எப்போதும் வருவது இல்லை. வருஷத்தில் சில மாசங்களே சொல்லி வைத்ததுபோல இங்கே வரும். இவன் உடனே திருவேதி நாயக்கரை நினைத்தான். அவர் இப்பொழுது பக்கத்தில் இருந்தால் சொல்லிவிடுவார்; இது வரத்துப் பறவையா நாட்டுப் பறவையா, எங்கிருந்து வருகிறது, எந்த மாசங்களில் வந்து எப்போது திரும்பும் என்றெல்லாம் சொல்லிவிடுவார்.

இவனுக்கு திருவேதி நாயக்கரின் சினேகம் கிடைத்ததே ஒரு சுவாரஸ்யமான சம்பவம்.

O

ஒருநாள் அந்திப்பொழுதில், கரை மரங்களில் காகங்கள் கலைந்து கலைந்து கரைந்துகொண்டே வட்டம் போட்டுக்கொண்டிருந்தன.

கி. ராஜநாராயணன்

கிராமத்தில் ஒரு நம்பிக்கை; அடையும் வேளையில் காகங்கள் இப்படிக் கலைந்து கலைந்து வட்டமிட்டால் ஊருக்குள் யாராவது ஒரு பெரிய உசுருக்குச் சீக்கிரமே மரணம் ஏற்படும் என்பது.

மரத்தடியில் உட்கார்ந்து பேசிக்கொண்டிருந்த ஊர்க்காரர்கள் இப்போ இருக்கிறதில் யார் யார் ரொம்ப வயசாளிகள் என்று பெயர் சொல்லி விரல்களை மடக்கிக்கொண்டிருந்தார்கள்.

ஆனால் காகங்கள் கலைந்ததுக்குக் காரணம் திருவேதி நாயக்கருக்குத்தான் தெரியும். மரப்பொந்துகளில் வசிக்கும் மரநாய்களில் ஒன்றிரண்டு சிலசமயம் வேட்டைக்கு அவசரப்பட்டுத் தலையை வெளியே நீட்டுவது கள்ளக் காகங்களின் கண்களில் விழுந்துவிடும். எந்தப் பறவைகளும் கண்டுபிடிக்க முடியாத இப்படி விஷயங்கள் இந்தக் காகங்களின் ‘ஒண்ணரைக் கண்’ மட்டும் எப்படியோ கண்டுபிடித்துவிடுகிறது “காக்கு நோக்கு அறியும்; கொக்கு ‘டப்’பறியும்” என்று சொல்லுவார் அவர்.

திருவேதி நாயக்கருடைய வேட்டைக் கண்கள் மேலே அண்ணாந்து பார்த்ததும் கண்டுபிடித்துவிட்டது; இது மரநாய் இல்லை ஒரு பொடீ மனுசப் பயல் என்று! நாயக்கர் தன்னைக் கண்டுகொண்டதை வெங்கடேசும் மேலே இருந்து பார்த்துவிட்டான். சரி; இன்றைக்கு ஒன்றும் முடியாது என்று நினைத்து உச்சி மரத்திலிருந்து இறங்க ஆரம்பித்தான். இவன் இவ்வளவு லாவகமாய்த் துளிக் கூடப் பயமில்லாமல் ஏதோ படிகளில் கால்வைத்து நடந்து வருகிற மாதிரி இறங்கி வருவதைப் பார்த்த திருவேதி நாயக்கருக்குப் படு ஆச்சரியமாகிவிட்டது.

அவர் தன்னைப் பார்த்துவிட்டதைக் கீழேயுள்ள கூட்டத்தில் சொல்லாமல் அமைதியாக இருந்தது வெங்கடேசுக்கு ரொம்பப் பிடித்திருந்தது. இறங்கியதும் இவனுடைய கையைப் பிடித்து, சிரித்துக்கொண்டே அடுத்த மரத்தடிக்குத் தனியாகக் கூட்டிக்கொண்டுபோய்

எதுக்காக இப்படி மரத்தின் மேல் ஏறுகிறாய் அன்போடு விசாரித்தார்.

வெங்கடேசுக்கு உண்மையை இவரிடத்தில் சொல்லலாம் என்று தோன்றியது. அதோடு தன் காரியத்துக்கு இவர் உதவியும் செய்யலாம் என்று பட்டது.

"காக்கா முட்டை வேணும்."

"காக்கா முட்டையா அது என்னத்துக்கு."

"அதோடு குயிலு முட்டையும் வேணும். காக்கா கூட்டிலெ குயில் முட்டையிடும்ண்ணு சொல்றாங்களே, நிஜந்தானா மாமா?"

திருவேதி நாயக்கருக்குப் பேசத் தோணலை. பிரியத்தோடு இவனுடைய நாடியைத் தொட்டு உருவினார். இந்தச் செயல் இவனை கொஞ்சம் தலை கவிழ்த்தி நாணப்பட வைத்தது. உடம்பு சற்றே கோணிச் சிணுங்கியது.

"நா பறவை முட்டைகளையெல்லாம் சேகரிச்சி வச்சிருக்கேன். காக்கா முட்டையும் குயிலு முட்டையுந்தான் வேணும்."

"ஆமா இதெல்லாம் சேத்து வச்சி என்னத்துக்காம்?"

"சும்மா ஒரு இதுக்குத்தான். ஸ்டாம்புகளையெல்லாம் தினுசு தினுசா சேகரிச்சி வைக்கிறாங்களா இல்லையா, அதுமாதரி நா பறவை முட்டைகளைச் சேகரிக்கேன். நாளைக்கு உங்களுக்குக் கொண்டாந்து காமிக்கிறேன்."

திருவேதி நாயக்கருக்கு ஸ்டாம்பு சேகரிக்கிறது பற்றியெல்லாம் ஒரு மண்ணும் தெரியாது. அதுபற்றி அக்கறைப்படவும் இல்லை. ஆனால் இந்த விதவிதமான பறவைகளின் முட்டைகளைச் சேகரித்து அழகு பார்க்கும் காரியம் அவருக்குப் பிடித்துவிட்டது.

மறுநாள் வெங்கடேசு தான் சேகரித்த பறவைகளின் முட்டைகளை திருவேதி நாயக்கரிடம் கொண்டுவந்து காட்டினான்.

உண்மையிலேயே அதிசயப்பட வேண்டிய விஷயம்தான். பார்த்தவுடன் அவரும் குழந்தையாகி விட்டார்! அடேயப்போவ், எத்தனைவித முட்டைகள்; எத்தனை சைஸ்கள்; எத்தனை நிறங்கள்!

காடை முட்டையை எடுத்து உள்ளங்கையில் வைத்து உருட்டி அதன் அழகை ரசித்தார் அவர். ஒரு முட்டையின் தோட்டில் நீல நுரை மாதரி விழுந்திருக்கும் கலரைப் பார்த்துக்கொண்டே இருக்கலாம் என்று தோன்றியது.

இந்த மாதரியாகத்தான் இவர்களுடைய சினேகம் ஆரம்பமானது.

5

எப்பொழுது பார்த்தாலும் திருவேதி நாயக்கர் ரப்பர் வில்லுடன்தான் காட்சி யளிப்பார். அந்த வில்லில் கற்களை வைத்துத் தெறிப்பதற்குப் பதிலாக, பிசைந்து உருட்டிக் காயவைக்கப்பட்ட மண் உருண்டைகளைத்தான் உபயோகப்படுத்து வார். அதுக்கு என்ன காரணம் என்று அவரைக் கேட்டால், “நல்ல உருண்டை சைஸ்ஸான கல் இல்லாட்டா குறி தப்பிரும்” என்பார்.

இந்த மண் உருண்டைகளுக்கு அவர் சாதாரண கரம்பை மண்ணையோ வேறெ மண்ணையோ உபயோகப்படுத்த மாட்டார். நல்ல நத்தத்து மண் வேண்டும். அதுதான் கல் மாதரி இறுக்கமாகவும் காய்ந்தவுடன் கீறல் விழாமலும் இருக்கும். சாம்பல் நிறமுள்ள அந்த மண்ணை அவர் விரும்பிச் சேகரித்து வைத்திருப்பார். அது தின்பதற்கும்கூட ருசியாக இருக்கும். கிராமத்தில் அந்த மண்ணைக்கொண்டுதான் வீடுகள் கட்டு வார்கள். மழைக்குக் கரையாது.

வெங்கடேசு அவருடைய வீட்டுக்குப் போயிருக்கிறான். சுளகில் கோலிக்காய்களை விடக் கொஞ்சம் பெரியதாக உருண்டை செய்து காய வைத்திருப்பார். எல்லோரும் சுளகில் தாளித வடகங்கள் செய்து வெயிலில்

காயவைத்தால் திருவேதி நாயக்கர் மண் உருண்டைகளைச் செய்து காயவைக்கிறார்!

அவருடைய வீட்டில் அவர் தவிர யாரும் கிடையாது. வீட்டுக்குள் நுழைந்தவுடன் ஒரு புழுங்க வாடை அடிக்கும். 'ரொம்ப நாளைக்கு முந்தி' அவருக்கு ஒரு பெண்டாட்டி இருந்தாள். அவள்மேல் அவருக்கு ரொம்பப் பிரியம். அவள் 'குளியாமல் இருந்து' குழந்தை பிறக்க முடியாமல் செத்துப்போனாள். அதிலிருந்து அவர் வேறே கலியாணம் செய்துகொள்ளலை. ஒரே ஒரு ஏக்கர் கரிசல் காடுதான் அவருக்கு இருக்கு. பணஏர்* விட்டுக் கம்மம் புல் மட்டுமே விதைத்துக்கொள்வார். வேறு வேலைக்கே போக மாட்டார்.

கம்மம் புல்லைக் குத்தி அவரே வேகவைப்பார். பறவைகளை வேட்டையாடிக் கொண்டுவந்து கறிசமைத்துக் கம்மஞ் சோற்றைத் தொட்டு உண்பார். அடைமழைக் காலங்களில் வேட்டை கொஞ்சம் தடைப்படும். அப்போது உப்போடையில் பாய்ந்து ஓடும் மழைநீர் வழியாக ஏத்துமீன் ஏறும். அவைகளை தூறி** வைத்துப் பிடித்து கறி சமைப்பார்.

மழைக் காலத்தில் மழை பெய்து பூமி குளிர்ந்து விட்டால் ஈசல்களும் காளான்களும் தரையிலிருந்து கிளம்பும். இரவு நேரங்களில் திருவேதி நாயக்கர் விளக்கு வைத்து ஈசல்களைப் பிடிப்பார். விளக்குக் கீழே தண்ணீருள்ள அகலமான சட்டியை வைத்திருப்பார். விளக்கைப் பார்த்து பறந்துவரும் ஈசல்கள் சிறகிழந்து இதனுள் பெருவாரியாக விழுந்துகிடக்கும்.

சோளத்தை வறுத்துப் பொரியாக்கி உண்பதுபோல் ஈசலையும் வறுத்துப் பொரியாக்கி உண்பார். இதில்,

---

* பணத்திற்காக உழப்படும் கூலி ஏர்.

** போக்கு நீரை எதிர்த்து ஏறிவரும் ஏத்துமீன்களைப் பிடிப்பதற கென்றே மூங்கில் தெப்பைகளைக்கொண்டு மத்தள வடிவில் வடிவமைக்கப்பட்டது. இதற்குள் நுழையும் மீன்கள் திரும்பிப் போக முடியாது. அதன் அமைப்பு அப்படி.

நீண்ட நாள் முறை என்று ஒன்று உண்டு. அகலமான வட்டச்சட்டியில் வறுத்த ஈசலைப் பரப்புவார். அதன்மேலே காய்ச்சிய கருப்பட்டிப் பாகை பறக்க ஊற்றுவார். அதன்மேலே வறுத்த பச்சரிசி மாவை பரப்புவார். அதன்மேல் திரும்பவும் கருப்பட்டிப் பாகு; அப்புறம் வறுத்த ஈசல்கள். இப்படி மூன்றையும் வரிசையாக மாற்றிமாற்றிப் போட்டு அந்தச் சட்டியை வெயிலில் காட்டித் துணியால் வண்டு கட்டி எடுத்து வைத்துக்கொள்வார். இது ரொம்ப நாளைக்கு இருக்கும் கெட்டுப் போகாமல். பசித்த நேரத்தில் சட்டியில் மேலிருந்து கீழாகக் கரண்டி வைத்து எடுப்பதுபோல் இரும்பு அகப்பையால் எடுத்து வைத்துக்கொண்டு உண்பார்.

“தேனாமிர்தமா இருக்கு; இந்தா நீ கொஞ்சம் சாப்பிடு” என்று கொடுப்பார். யாருமே அதை வாங்கிக்கொள்ள மாட்டார்கள்.

யார் யார் எதைச் சாப்பிடுவது என்று முறைசெய்து வைத்திருக்கிறார்கள். சில ஜாதியார் சிலவகை மாமிசங் களைத் தள்ளிவைத்திருக்கிறார்கள். அதுக்கான காரணங்களையும் கதைகளையும் கூறுகிறார்கள். காளான் தாவர இனமென்றாலும் அதை மாமிசம் என்றே சொல்லித் தள்ளிவைக்கிறவர்களும் இருக்கிறார்கள். அது ஒரு ராட்சசனுடைய எலும்பாம்!

ஈசல் அவ்வளவும் நெய் என்பார் திருவேதி நாயக்கர். என்ன சொன்னாலும் யாரும் வாங்கிக்கொள்ளாததோடு அவரைக் கேலியும் செய்வார்கள். சம்சாரிகள் அவரை “அவன் ஜாதி நாயக்கன் இல்லை, வேடன்” என்பார்கள்! ஒரு நல்ல கம்ம நாயக்கனின் தொழில் வேட்டையாடுவது இல்லை. கரிசல் நிலத்தைக் கலப்பைகொண்டு முங்க உழ வேண்டும். நிலம் அவனைக் கண்டு பயந்து மரியாதை செலுத்தித் தனது மடியிலுள்ள நவதானியங்களைக் காணிக்கையாக்கும் அவனுக்கு. “கம்மவாரிகி பூமி பயப்படுத்துன்னதி” என்று அவர்கள் மொழியில் சொலவம் சொல்வார்கள்.

யார் எதைச் சொன்னாலும் திருவேதி நாயக்கர் லட்சியம் செய்வதில்லை. தன் போக்கில் அவர் போய்க் கொண்டிருந்தார். அவர் அந்த ஊர்க்காரர்களோடு ஒட்டாமல் துண்டுபட்டுப் போயிருந்தார், வெங்கடேசு எப்படிப் பள்ளிக்கூடத்திலிருந்து துண்டுபட்டுப் போய்விட்டானோ அதுமாதரி.

பறவைகளில் அவர் பிரியமாக வேட்டையாடுவது குயில். குயில் கறிக்கு மிஞ்சினது எதுவுமில்லை என்பார்.

மழைக்காலம் இங்கே முடிவடையும்போது 'விருந்தாளிப் பறவை' களின் வரத்து அதிகமாக இருக்கும். அப்போது குயில்களின் வரத்தும் அதிகம். "குயில் நாட்டுப் பறவை இல்லை; வரத்துப் பறவை" என்பார் திருவேதி நாயக்கர்.

"ஏன் அது இங்கே வருது?" என்று இவன் அவரிடம் கேட்பான்.

"கொசுக்கடிப் பொறுக்க முடியாமல்தான் அது இங்கே வருகிறது" என்பார்!

"எங்கேயிருந்து அது வருது?"

"மலையிலிருந்துதான்."

குயில்களில் இரண்டு இனங்கள் இருக்கின்றன. போர்க்குயில், கருங்குயில். கருங்குயில் கூவும்போது, கேட்பவர்களுக்கு மனசு வலிக்கும்.

போர்க்குயில் ஒருவித சிரிப்பைப்போல் வேகமாக, பிர்க்கா உதிர்ப்பது மாதரி ஒலிக்கும்.

போர்க்குயிலுக்கு அதன் நிறத்தினால் அந்தப் பெயர் வந்தது. இதுகூட அவர் சொல்லித்தான் இவனுக்குத் தெரியும். அதுக்கு முன்னால், போர்க்குயில் என்றால் சண்டை போடுவதில் கெட்டி என்றுதான் நினைத்திருந்தான்.

6

பறவைகளிலேயே போர்க்குணம் மிக்கதும் கூடுதல் பலம் உள்ளதும் வல்லயத்தான்தான் என்று ஒரு தரம் அவர் சொல்லியிருக்கார். ஆனால் இவன் இன்னும் வல்லயத்தானைப் பார்த்ததே இல்லை.

வல்லயத்தான் பறவையை, வேட்டைக்கு நன்றாகப் பழக்க முடியுமாம். வேட்டை நாயை ஏவி முயலைக் கவ்விக்கொண்டு வரச் சொல்லுகிற மாதரி பழக்கிய வல்லயத்தானை ஏவி நமக்கு வேண்டிய பறவைகளை வேட்டையாடிப் பெற்றுக்கொள்ளலாம். இப்படி வில்லை எடுத்துக்கொண்டு எங்கே பறவைகள் உட்கார்ந்திருக்கும் என்று அலைந்து திரிய வேண்டியதில்லை. காட்டுப் புறாக்கள் வானத்தில் மேலே பறந்து போகிறது என்று தெரிந்த மாத்தரத்திலேயே கையிலுள்ள வல்லயத்தானை ஏவினால் போதும். அம்பு மாதரிப் பாய்ந்து போய் வலசாரி இடசாரியாகப் புறாக்கூட்டங்களை அடித்துத் ‘தவிடு பொடியாக்கி விட்டு’த் திரும்ப வந்துவிடும். கையை நீட்டினால் போதும்; வேகமாக வந்து கையில் அமர்ந்து விடும். அது கையில் வந்து பற்றி உட்காரும் வேகத்தில் நம்ம கை எலும்புகள் நொறுங்கிப் போகும். அதனால் வேட்டைக்காரர்கள் கையின் மேலே மாட்டுத் தோலினால்

செய்யப்பட்ட கனமான உறையை மணிக்கையில் அணிந்து கொண்டிருப்பார்கள். அது மெதுவாக வந்து, கையில் அமர்ந்தாலும் அதனுடைய கதிமையான* நகங்கள் பதிந்து கை ஓட்டை விழுந்துரும். சிரித்துக்கொண்டே திருவேதி நாயக்கர் மேலும் சொல்லுவார்: "படை குருவிகளெல்லாம் வல்லயத்தான் வருதுண்ணு தெரிஞ்சாப் போதும், அப்பிடியே சொத் சொத்ண்ணு தரையிலே விழுந்துரும். வேட்டைக்காரன் அதுகளை அப்பிடியே பொறுக்கி பைக்குள்ளாற போட்டுக்கிட வேண்டியதுதான்!" என்பார். வேட்டைப் பேச்சைத் துவக்கிவிட்டாலே போதும், பொழுது போறதே தெரியாது, அவருக்கும் கேட்கிறவர்களுக்கும்.

அவர்கள் இப்படிப் பேசிக்கொண்டிருக்கும்போது ஒரு மைனா வந்து வசமாகக் கிளையில் உட்கார்ந்தது. வெங்கடேசு அவரை வில்லால் அதைத் தெறிக்கும்படி கேட்டான். அவர் மறுத்துவிட்டார்.

எதை நாம் தின்போமோ அந்தப் பறவைகளைத்தான் கொல்லணும் என்பார்.

புழு, பூச்சி முதலிய மாமிசம் தின்னும் பறவைகள் மனிதனுக்குத் தோழன். இதுகள் நம்முடைய பயிர் பச்சைகளைக் கெடுக்கும் பூச்சிப் புழுக்களையெல்லாம் பிடித்துத் தின்றுவிடும். நமக்கு நல்லது செய்யும் பறவைகளை நாமே கொல்லக் கூடாது என்றார்.

"குயில் என்ன நம்ம தவசதானியங்களை வந்து அழிம்பு பண்ணுதா; அதைக் கொண்ணு திங்கலாமா நீங்க?" என்று கேட்டான்.

கண்களில் பிரகாசம் மின்ன திருவேதி நாயக்கர் அவனைப் பார்த்துப் பாராட்டும்படியாகப் பலமாக ஒரு சிரிப்புச் சிரித்தார். பிறகு சொன்னார்.

"அது காரணமில்லை. பழங்களையும் தானியங்களை யும் உண்ணும் பறவைகளின் மாமிசமே ருசியாக

---

* பெரிய.

இருக்கும். மாமிசம் உண்ணும் பறவை, மிருகங்களின் கறி நன்றாக இருக்காது. தானியங்களையும் மாமிசத்தையும் கலந்து தின்னும் பறவைகளின் கறி சுமாராக இருக்கும்" என்று சொன்னார்.

ஒரு நாள் கரைமரத்தின் உச்சியில் தேன்கொத்தி என்று ஒரு முரட்டுப் பறவை வந்து உட்கார்ந்திருந்தது. அதன் பெயர் தேன்கொத்தி என்று அவர் சொல்லித்தான் தெரியும். இதற்கு முன் அங்குள்ள பலபேர் அதைப் பார்த்ததே இல்லை. இப்படிப் பறவைகளை அபூர்வமாகத்தான் இங்கே பார்க்க முடிகிறது. இளவட்டங்கள் பலர் கூடி அதை அதிசயமாகப் பார்த்தனர். ஒரு சிறிய கூட்டமே கூடிவிட்டது. பலர் அதைத் தெறிக்கும்படி வேண்டினர். திருவேதி நாயக்கர் முதலில் மறுத்தாலும் பிறகு அவர்களின் ஆசைக்காகச் சரி என ஒப்புக்கொண்டார். வெங்கடேசும் அசோக்கும் அவரை வற்புறுத்தியதும் ஒரு காரணம்.

மடியிலிருந்து ஒரு மண் உருண்டையை இடது கையினால் எடுத்தார். அதே சமயம் வலது கை வலது தோளில் கிடந்த வில்லை எடுத்தது. வாரில் உருண்டையைப் பொருத்தி இழுத்துவிட்டார். தேன்கொத்தி மேல் குறி தைத்தும் அது ஒரு அசைப்பு மட்டும் அசைத்துவிட்டு மண்ணுளி மாதரிப் பேசாமல் இருந்தது. திருவேதி நாயக்கர் உட்பட அனைவரும் சிரித்தார்கள்.

அவர் சொன்னார், "அடியையே அது சட்டை செய்யாது. அதோட உடம்பில் அவ்வளவு கனமான தலையணை மாதரி மெத்துண்ணு அடர்ந்த ரோமங்கள் இருக்கு. வேற பறவையாக இருந்தால் இதுக்குள் தப்பியோடிப் பறந்து போயிருக்கும். இதுக்கு அவ்வளவு மெத்தனம்!" என்று சொல்லிவிட்டு வேறு ஒரு இடத்தில் போய்க் குறிக்கு வசமாகக் கால்களை முன்னும் பின்னுமாக வைத்து நின்றுகொண்டார். மீண்டும் ஒரு உருண்டையை எடுத்து வில்லின் வாரில் பொருத்தி இழுத்தார். வெங்கடேசு அவருடைய கண்களைப் பார்த்தான். அவருடைய

உடம்பிலுள்ள பலம் கைகளுக்கும், உயிர் கண்களுக்கும் வந்தமாதரி இருந்தது. முதல் இழுப்பில் அவர் உருண்டையை விடவில்லை. வில்லைத் தொய்யவிட்டுத் திரும்பவும் ஒரு தரம் இழுத்தார். அவருடைய வலதுகை மரத்தை நோக்கி நீண்டு உயர்ந்திருந்தது. இடது கைப்பிடி அவருடைய மூக்கின் கீழே இருந்தது. ஒரு வினாடி, இரண்டு வினாடி, மூன்றாவது வினாடி, வில் தன்னை வேகமாக உதறிக் கொண்டது. அடுத்த வினாடி மரத்தின் உச்சியில் இருந்த தேன்கொத்தி சிறகை அரை குறையாக விரித்துக்கொண்டு கர்ணம் போடுகிற மாதரி உருண்டு உருண்டு நடுவில் சில கிளைகள் தடுக்கித் தரையில் வந்து விழுந்தது. அதன் உச்சந் தலையில் ஒரு ரத்தக் காயம் இருந்தது. வெங்கடேசும் அசோக்கும் ஓடிப்போய் அதை எடுத்துக் கொண்டு, "எம்புட்டு கனம்; அடேயப்பா" என்று மகிழ்ச்சியோடு சொல்லிக்கொண்டே வந்தார்கள்.

அதன் இரண்டு இறக்கைகளையும் விரித்துக் காண்பித்தார், திருவேதி நாயக்கர். அது அவருடைய பாகத்துக்கு முக்கால் பாகம் இருந்தது. தேனீக்கள் கடிக்க முடியாதபடி அதன் உடம்பின் அமைப்பு இருந்தது. அவைகளின் விஷக்கொடுக்கு இவ்வளவு அடர்த்தியான ரோமத்தைத் தாண்டி உடம்பை எட்ட முடியாது.

ஆகவே துளிகூடச் சட்டை செய்யாமல் இது தேன் கூட்டிலுள்ள புழுத்தட்டைத் தின்றுவிடும் என்றார் திருவேதி.

"இதை என்ன செய்ய?" என்று கேட்டார்கள் அங்கிருந்தவர்கள், "என்ன செய்ய; ஒண்ணும் செய்ய முடியாது. தூரப் போட வேண்டியதுதான்!" என்றார் அவர்.

திருவேதி நாயக்கர் இப்படிச் சில சமயம் சிலருடைய ஆசைக்கும் வேண்டுகோளுக்கும் சில பறவைகளை மனமின்றித் தெறிப்பார். காகங்களை அவர் தெறிக்கவே மாட்டார்.

யாராவது காமாலை நோய்க்காகக் கறிக்கு வேணும் என்று கேட்டால் தெறித்துக் கொடுப்பார்.

சோளத் தோட்டம் இருப்பவர்கள் காகங்களின் தொல்லை தாங்காமல் இவரை அணுகி மன்றாடுவார்கள். இவரும் வேறு வழில்லாமல் தெறித்துக் கொடுப்பார்.

அதை அவர்கள் உயரமான ஒரு கம்பின் உச்சியில் கட்டித் தொங்கவிட்டு, நடுத்தோட்டத்தில் கொண்டுபோய் நட்டு வைப்பார்கள்.

காகங்களை இவர் வேட்டையாடுவது இல்லை யென்றாலும் காகங்கள் சதா இவரைக் கண்காணித்துக் கொண்டே இருக்கும்.

வீட்டை விட்டு இவர் வெளியே புறப்பட்டு விட்டார் என்றால், இவரைப் பார்த்துவிட்ட முதல் காகம் சத்தம் காட்டிவிடும் தன் இனத்துக்கு; ஆசாமி வாராண்டோய் என்று!

பறவைகளில் கூடுனது காகம். குரங்குகள் மாதரி அதுக்கு உள்ளூர் ஆட்களை நன்றாய் அடையாளம் தெரியும்.

காக்காய் பிடிக்கிறவன் உள்ளூரில் பிடிக்க முடியாது. வெங்கடேசும் அசோக்கும் ‘காக்கா பிடிக்கிறது’ என்பதை ஒரு வெறும் சொல் பிரயோகம் என்றுதான் நினைத்துக்கொண்டிருந்தார்கள், கண்ணால் கண்ணால் பார்க்கிறவரைக்கும்.

7

அன்றைக்கு அதிகாலை எழுந்திருந்ததும் வெங்கடேசு அசோக்கின் வீட்டுக்குப் பக்கத்தில் போனான். அவன் இந்த லீவுக்கு வந்திருப்பான் என்று தெரியும். அவர்களுடைய வீட்டுக்கு வெளியே இருந்துகொண்டே சன்னம்* கொடுத்தான். அதைக் கேட்ட அசோக், வெங்கடேசு வந்துவிட்டதைத் தெரிந்துகொண்டு வேகமாக வெளியே புறப்பட்டான்.

"எங்கடா புறப்பட்டுட்டெ; பாடத்தை எடுத்துப் படி" என்று அசோக்கின் அப்பா சொல்லிவிட்டார்.

வேறு வழியில்லாமல் புஸ்தகத்தை எடுத்து வைத்துக்கொண்டு உட்கார்ந்தான். பாடத்தில் மனம் செல்லவில்லை. பெயருக்குக் கொஞ்சம் படித்துவிட்டு 'வெளிக்கு'ப் போகிற தாக அம்மாவிடம் சொல்லிவிட்டுப் புறப்பட்டு வந்தான். வெளியே எங்கேயும் வெங்கடேசைக் காணவில்லை. அவர்களுக்கு என்று ஒரு பூமரம்** உண்டு. அதை நோக்கிப் போனான்.

---

* எதிராளி யாரும் தெரிந்துகொள்ளாமல் தனக்கு வேண்டியவர் மாத்திரமே அறிந்துகொள்ளும்படியாக ஒலி எழுப்புவது.

** ஒட்டுதல் உள்ளவர்கள் தனிமையில் தாங்கள் சந்திப்பதற்காக முன்கூட்டியே தேர்ந்தெடுத்த இடம்.

வெங்கடேசு கம்மாயக் கலுங்கலில் உட்கார்ந்திருந்தான். அந்நேரத்தில் அங்கே ஒரு 'வேடிக்கை' நடந்து கொண்டிருந்தது.

அந்தக் காலை நேரத்தில் ஒரு கோட்டிக்காரி தலையில் முக்காடு போட்டுக்கொண்டு, கையில் ஒரு அலுமினியத் தட்டில் கம்மஞ் சோற்றை வைத்துக் கொண்டு, கம்மாய்க்குள் நடந்துகொண்டே தட்டி லிருந்து ஒருவாய் எடுத்துத் தின்கிறதும் காக்காய் (காகம்) களுக்கு ஒருவாய் எடுத்து விட்டெறிகிறதுமாய் அங்கேயும் இங்கேயும் நடந்து அலைந்து திரிந்துகொண்டிருந்தாள். அவளைச் சுற்றி ஏகப்பட்ட காக்காய்கள் கத்திக்கொண்டே பறந்து பறந்து வட்டமிட்டன. திடீரென்று அவள் தண்ணீருக்குப் பக்கத்தில் போய் உட்கார்ந்தாள். உட்கார்ந்துகொண்டு திரும்பவும் அதே மாதரிச் செய்தாள். பிறகு எழுந்திருந்து அங்கே இருந்த ஒரு செம்புக்குப் பக்கத்தில் போய்க் குனிந்தாள். குனிந்ததும் காக்காய்கள் மருண்டு அவளிடமிருந்து விலகின. திரும்பவும் அவள் நடந்துகொண்டே ஒரு கவளம் வாயில் போட்டுக்கொண்டு தரையில் கொஞ்சம் சோற்றை வீசியெறிந்தாள். அந்தத் துளி சோற்றைக் கொத்தித் தின்ன அவைகளுக்குள் ஒரே போட்டி. ஒரு காக்காய் எதிர்பாராமல் வந்து அவளுடைய தோளில் உட்கார்ந்தது! இதைப் பார்த்த வெங்கடேசும் அசோக்கும் பலமாகச் சிரித்தார்கள்.

அவர்கள் சிரித்ததைப் பார்த்த அந்தப் பொம்பிளை அவர்களைப் பார்த்து, சிரிக்க வேண்டாம் என்று வாயைப் பொத்திக் காண்பித்தாள். அப்போது அந்த முக்காடு கொஞ்சம் விலகியது.

ஓஹோ; இது பொம்பிளையும் இல்லை கோட்டிக்காரியும் இல்லை. களைக்கூத்தாடிக்காரன்! இப்பொதான் தெரிந்தது.

அவர்கள் மிகவும் பரபரப்பு அடைந்தார்கள். ஒருத்தருக்கொருத்தர் பார்த்துக்கொண்டார்கள்.

இந்தக் களைக்கூத்தாடிகள் இவர்களுடைய ஊரில் பத்து நாட்களாகத் தங்கி விளையாட்டு நடத்துகிறார்கள். ஆனால் இது பழைய களைக்கூத்தாடிகள் விளையாட்டு அல்ல. இதோ இங்கே கோட்டிக்காரி வேஷத்தில் காக்கை களை அலைக்கழித்துக்கொண்டிருக்கிறானே இந்த அழகிய வாலிபன்தான் அவர்களுடைய மேலாள்.

இவர்களுடைய விளையாட்டில் களைமரம் நட்டுவது கிடையாது. சுற்றிலும் வட்டமாகத் துணித்திரை கட்டிக் கொள்கிறார்கள், வெளியார் பார்க்காமல் இருக்க. பத்துப் பைசா டிக்கெட். டிக்கெட் என்று கையில் அச்சடித்த கலர்த் துண்டுத் தாளைக் கிழித்துக் கொடுப்பதில்லை; துட்டைக் கையிலே வாங்கிக்கொண்டு உள்ளே அனுமதித்து விடுவான்.

இது ஒரு குட்டி சர்க்கஸ் கம்பனி; குடிசைத் தொழில் மாதிரி. ஒரு குரங்கு, வால் அறுந்த ஒரு சின்ன நாய், ஒரு ஆட்டுக்குட்டி இதெல்லாம் உண்டு.

ஆட்டுக்குட்டி விளையாட்டு நல்லா இருக்கும். ஆட்டுக் குட்டியைப் பிடித்துக்கொண்டு ஒருத்தன் வருவான். அவனுடைய பையனும்கூட வருவான். அவன் தன் அப்பனைப் பார்த்துக் கேட்பான்.

“யப்போவ், ஆட்டுக் குட்டியை எங்கெ கொண்டு போறே?”

“விக்கக் கொண்டு போறேண்டா சந்தைக்கு.”

“எனக்குப் பிரியமான ஆட்டுக் குட்டி; இதை விக்க வேண்டாம் எப்போவ்.”

“போடா கோட்டிக்காரப் பயலே உன் சோலியைப் பாத்துக்கிட்டு; நா விக்கத்தான் போறேன்.”

“விக்க வேண்டாம்பா; யப்போவ், விக்க வேண்டாம்பா” என்று சொல்லிக்கொண்டே பையன் அழுவான்.

அவர்களுக்கு எதிரே ஒருத்தன் நடந்து வருவான்.

“ஏ ஆட்டுக் குட்டி; எங்கே போகுது?”

“விக்கப் போகுது.”

“என்னா விலை?”

“அம்பது ரூபா.”

“இந்தா அம்பது ரூபா.”

இப்படி அவர்கள் பேசிக்கொண்டிருக்கும்போதே ஆட்டுக் குட்டி கீழே படுத்து நாலு காலையும் நீட்டிவிடும்! குட்டியை விலைக்கு வாங்கியவன் ஆட்டுக் குட்டியைத் தூக்கிப் பார்ப்பான். அது தலையைத் தொங்கப் போட்டுவிடும்!

“ஏ! நீ என்ன, செத்துப்போன ஆட்டுக் குட்டியைக் குடுத்துட்டு ரூபா வாங்கிக்கிட்டெ. இந்தா உன் ஆட்டுக் குட்டி. எனக்கு வேணாம். ரூபாயைக் கொடுத்துரு; கொண்டா.”

அவன் ரூபாயைத் திரும்ப வாங்கிக்கொண்டு போய்விடுவான். அவன் போனதைத் தெரிந்துகொண்டதும் ஆட்டுக் குட்டி ‘மே . . .’ என்று கத்திக்கொண்டே எழுந்து நின்றுவிடும்! அழுதுகொண்டிருந்த பையன் ஓடிவந்து ஆட்டுக் குட்டியைத் தூக்கிக்கொண்டு சந்தோஷத்தில் குதிப்பான். கூட்டத்திலுள்ள குழந்தைகளும் அவனோடு சேர்ந்து சந்தோஷ ஆரவாரம் செய்யும்.

அந்த அருமையான வெள்ளாட்டங் குட்டியை வேண்டாம் என்று சொல்லிவிட்டுப் போனவன்தான் இங்கே இந்தக் காக்காய்களோடு அல்லாடிக்கொண்டிருக்கிறான்! அவன் திடீரென்று செம்பு இருந்த பக்கம் போய்க் குனிந்தான். காக்கைகள் கொஞ்சம் திகைத்தன, அவன் எறிவதற்குத்தான் கல் எடுக்கப் போகிறானோ என்று. செம்பைப் பெயருக்கு எடுத்துத் தண்ணீர் குடிப்பதைப் போல பாவலா செய்துவிட்டுத் திரும்பவும் குனிந்து அதே இடத்தில் வைத்துவிட்டான்.

சோற்றைத் தின்பதுபோல் கையை வாய்க்கும் தட்டுக்குமாக மாறி மாறிக் கொண்டுபோனான்; ஆனாலும் பேருக்குத் தின்பது மாதரியும் இருந்தது.

இவன் தட்டில் வைத்துக்கொண்டிருக்கும் அந்தச் சோற்றை நம்பி, இந்த அதிகாலை வேளையில் கரை மரங்களில் தங்கியிருந்த காக்காய்களெல்லாம் இறங்கி வந்துவிட்டன. இவன் மட்டும் இந்த வேளையில் இப்படி வரவில்லையென்றால் அதுகள் இதுக்குள் எங்கெல்லாமோ இரை தேடப் போயிருக்கும். இந்தப் பைத்தாரனோ திங்கவும் மாட்டெங்கான், நமக்குப் போடவும் மாடடேங்கானே என்று காக்காய்கள் அவனைப் பிய்த்துப் பிடுங்க ஆரம்பித்துவிட்டன.

அவனுடைய தலைமீதும் தோள்கள் மேலும் வந்து தாக்கும் காக்காய்களை விரட்டுகிறான். என்ன விரட்டினாலும் மொய்த்துப் பிடுங்குவதைவிட்டுப் போக மாட்டேன் என்கிறது. சரியான அப்புராணி, இவன் நம்மை ஒண்ணுமே செய்ய ஏலாதவன் என்று தெரிந்து கொண்டுவிட்டன!

பசியைக் கிளறி விட்டுவிட்டு இரையைப் போடாமல் இப்படி வம்புத்தனம் பண்ணுகிறானே என்று அதுகளுக்கு ஒரே ஆங்காரம். கா கா என்று தன் இனத்தை எல்லாம் இவனைத் தாக்குவதற்கு அழைக்கிற மாதரி இருந்தது.

கொஞ்ச நேரத்துக்குள் அதுகளின் ஆரவார ஒலி, இனியும் அவன் மறுப்பானாகில் அவனையே கொத்தித் தின்றுவிடும்!

அவன் அங்கேயும் இங்கேயும் ஓடுகிறான், ஆனால் நிதானமாக. செம்பு இருக்குமிடம் வந்து இரண்டு தடவை குனிந்து நிமிர்கிறான். பிறகு திடீரென்று குறிப்பிட்ட ஓரிடத்தில் உணவையெல்லாம் சேர்த்துத் தட்டோடு வீசி எறிகிறான். காக்காய்கள் அவனை விட்டுவிட்டு மொலோரென்று இரை விழுந்துகிடக்கும் இடத்துக்குப்

பாய்ந்துபோய் கூட்டமாகத் தின்ன ஆரம்பிக்கின்றன. இவன் குனிந்து செம்புக்குப் பக்கத்தில் இருந்த கயிற்று முடிச்சியை எடுத்து இழுக்கிறான்.

என்ன இது!

கயிற்று வலை பின்னிய மரச்சட்டம் ஒன்று இமை தட்டுவதற்குள் தரைக்கு அடியிலிருந்து கிளம்பி அனைத்துக் காகங்களையும் மூடிவிடுகிறது!

8

ராத்திரியோடு ராத்திரியாய் இந்த வலையை அவன் தரையில் புதைத்து அது தெரியாமலிருக்க அதன் மேலே புழுதியைப் போட்டு மூடிவைத்திருக்கிறான்.

இதற்குள் அங்கே ஜனங்களுடைய கூட்டம் ஓரளவுக்குக் கூடிவிட்டது. அவன் ஓடி அந்த வலைக்குள் சிக்கிய காகங்களை அதிவேகமாய் கழுத்தைப் பிடித்துச் சொடக் சொடக் என்று நெட்டியை முறித்து முறித்துப் போடுகிறான். ஒன்றிரண்டு காகங்கள் வலை யிலிருந்து தப்பியும் ஓடுகின்றன.

அந்தக் காகங்களையெல்லாம் அள்ளி ஒரு கோணிச் சாக்குக்குள் போட்டுக் கட்டு கிறான். சரியான சுமை. எண்பது தொண்ணூறு காகங்களுக்குக் குறையாது.

அசோக் சொன்னான், ‘காக்காய் பிடிக்கிறது’ என்று லேசாகச் சொல்லி விட்டார்கள்; ‘பார் எவ்வளவு கஷ்டம் எவ்வளவு கெட்டிக்காரத்தனம் வேணும்’ என்று.

அவர்கள் திரும்பி வருகிற வழியில் செந்திவேலைப் பார்த்தார்கள். அவன் குளித்துவிட்டுக் கட்டிய ஈரவேட்டியோடு நந்தவனத்திலிருந்து குடலைப் பிடிக்காமல்

பூக்களை நிரப்பிக்கொண்டு வந்துகொண்டிருந்தான். அவனிடம் தாங்கள் கண்ட ஆச்சர்ய ஆனந்தத்தைப் பகிர்ந்துகொள்ள வெங்கடேஷ் அவனிடம் சொன்னான். செந்தியின் முகம் தாங்க முடியாத வருத்தத்தை வெளியிட்டது. அந்தக் களைக்கூத்தாடியை அவன் கெட்ட வார்த்தைகளால் வைதான். காக்காய்களைக் கொல்றது பெரிய்ய பாவம் என்றான் செந்திவேல்.

"நாமதான் அதைக் கொல்லக் கூடாது; அவன் கொல்லலாம்; அது அவன் தொழில்" என்றான் அசோக். முகத்தைத் திருப்பி அசோக்கை ஒரு பார்வை பார்த்து விட்டு செந்திவேல் அவர்களைக் கடந்து போய் விட்டான். இவர்கள் இருவரும் ஒருவரை ஒருவர் பார்த்துக்கொண்டார்கள். தலையைத் தொங்கப் போட்டுக்கொண்டே கொஞ்சத் தூரம் நடந்தார்கள்.

"காக்கா வந்து அசுரன்தானே; அதை ஏன் கொல்லக் கூடாதுங்கிறான் செந்தி?" என்றான் அசோக். கொஞ்சம் கழித்து "ராமர்கூடப் புல்லை எடுத்து வில்லில் வைத்து காக்காயின் கண்ணில் அடித்திருக்கார். அதனால்தான் அது இன்னைக்கும் ஒரு கண்ணைச் சாச்சிக்கிட்டுப் பாக்கிறதுக்குக் காரணம்" என்றான்.

செந்தி பேசாமல் நடந்து போனது வெங்கடேசுக்கு என்னமோ போல் இருந்தது.

அவர்கள் தெருவழியாக நடந்து வீட்டை நோக்கி வந்துகொண்டிருந்தார்கள். அசோக் வீட்டின் மாடிக்குப் போகும் திரும்பு படியில் அசோக்கின் அண்ணா மோகனதாஸ் நின்றுகொண்டு இவர்களைப் பார்த்துப் புன்னகைத்துக் கொண்டிருந்தான். அந்தச் சிரிப்பு இவர்களையும் தொற்றிக்கொண்டது.

மோகனதாஸுக்கு வெங்கடேசை ரொம்பப் பிடிக்கும். இவனுடைய ஒவ்வொரு செய்கையிலும் ஏதோ ஒரு நுட்பத்தையும் அருமைப்பாட்டையும் கண்டான் அவன்.

மோகனதாஸ் நமது விமானப் படைப்பிரிவு ஒன்றில் வேலையாக இருக்கிறான். இப்பொழுது ரஜாவில்* வந்திருக்கிறான்.

வெங்கடேசு படி ஏறி மாடிக்குப் போனான். மோகனதாஸுக்குக் கிட்டே போனதும் ஒரு சொகமான மணம் – அவனருகே எப்போது போனாலுமே – மணத்தது. அவர்களுடைய வீட்டு மொட்டை மாடியில் அவன் தனக்கு என்று ஒரு குடிசைப் பாணியில் ஒரு அறை கட்டியிருந்தான்.

அந்த வீட்டில் இவனுக்குப் பிடித்த படங்கள் இரண்டு இருக்கின்றன. அங்கே போகும்போதெல்லாம் அவைகளைப் பார்க்கத் தவற மாட்டான். ஒன்று, மோகனதாஸின் அப்பாவின் அறையில் உள்ளது. அந்தப் படத்தில், நீளக் கோட்டில் ரோஜாப்பூ சொருகியும் தலையில் காந்தி குல்லாய் அணிந்தும் சிரித்த முகத்தோடு ஒரு புலிக்குட்டியைக் கைகளில் பிடித்து விளையாடிக் கொண்டிருக்கிறார். கைகளில் அந்தப் புலிக்குட்டி நகத்தினால் பறண்டிவிடாமலோ அல்லது கடித்து விடாமலோ இருக்கக் கைகளில் கனமான வெள்ளை ரப்பர் உறைகள் அணிந்திருக்கிறார்.

வெங்கடேசுக்கு அது புலிக்குட்டி என்று சொல்லித்தான் தெரியும். புலிக்குட்டி என்று சொன்னதும் ரொம்ப ஆர்வத்துடன் பார்த்தான். அப்போது அசோக்கின் அப்பா சொன்னார், “சிங்கம் புலிக்குட்டியோடு விளையாடிக் கொண்டிருக்கிறது!”

இதைப் புரிந்துகொள்ள முடியாமல் முதலில் இவன் திகைத்தான். திகைப்பதைப் பார்த்து அசோக்கும் அவனுடைய அப்பாவும் சிரித்தார்கள். பிறகுதான் தெரிந்தது நேரு மாமாவைத்தான் அவர் அப்படிக் குறிப்பிட்டார் என்று.

மாடியிலுள்ள மோகனதாஸின் அறையிலிருந்தது வேறு மாதரியான படம். அதில் ஒரு வழுக்கைத் தலை

* விடுமுறை.

ஆள் வினோதமான குட்டைத் தாடியுடன் கோட்டு டை எல்லாம் அணிந்து ஒரு வட்ட மேஜைக்கு அருகில் உட்கார்ந்துகொண்டு ஒரு பூனையை இடது கையினால் இடுக்கிக்கொண்டிருக்கிறார். வட்ட மேஜையில் வலது முழங்கையை ஊன்றிக்கொண்டு பூனையின் ரோமங்களை விரல்களால் நீவி விட்டுக்கொண்டே யாரோ பேசுவதை உன்னிப்பாகக் கேட்டுக்கொண்டிருப்பதைப் போலுள்ள படம்.

அந்தப் பூனை மனித உடம்புச் சூட்டின் கதகதப்புக்குள் சாந்தமாய் அடங்கித் தரையைப் பார்த்துக்கொண் டிருந்தது.

அந்தப் பூனையை இவன் பார்த்துக்கொண்டிருந்த போது இவனுக்குப் பின்பக்கமாய் வந்து நின்ற மோகனதாஸ், "உனக்குப் பிடிச்சிருக்கா இந்தப் படம்?" என்று கேட்டான் இவன் புருவங்களை உயர்த்தித் தலையை அசைத்தான்.

"இந்தப் பூனையோட கண்ணு புதுமாதரியா இருக்கே."

"ஆமா; இது நம்ம நாட்டுப் பூனை இல்லை. ருஷ்யாவி லுள்ள ஒரு ஜாதிப் பூனை."

"சயாம் நாட்டுப் பூனை ரொம்ப அழகா இருக்கும்ணு அசோக் சொல்றானே."

"ஆமா. அது அறிவிலேயும் கூடுனது" என்றான் மோகனதாஸ்.

மொட்டை மாடியின் திறந்த வெளியில் தென்னை மரத்தின் நிழலில் எதிரெதிரே கிடந்த பிரம்பு நாற்காலியில் உட்கார்ந்து கொண்டு அவர்கள் பேச ஆரம்பித்தார்கள். வெங்கடேசு இன்று அவன் பார்த்த 'காக்காய் பிடித்த' சம்பவத்தைச் சுவாரஸ்யமாக விவரித்தான்.

பெரிய ஆட்களுக்கு முன்னால் சமமாக உட்கார்ந்து தயக்கமும் கூச்சமும் இல்லாமல் வெங்கடேசு பழகுவது

திருவேதி நாயக்கருக்கு அடுத்தபடியாக இங்கேதான். மோகனதாஸுக்கு வெங்கடேசின் ரசனையை அறிந்து பேச முடியும்.

"நேத்து எங்க முருங்கை மரத்திலெ வந்து ஒரு சிட்டு உக்காந்தது. அதைப் பாத்த உடனே ஒன் நெனைப்பு வந்தது. நல்ல கருப்பு. கருப்புண்ணா பட்டு மின்னுர மாதரி! அப்படி மினுமினுப்பான கருப்பு நிறத்திலெ நா சிட்டுக் குருவியைப் பாத்ததே இல்லெ... ஒரு இடத்திலெ நிலைகொள்ள மாட்டேங்கிது! டிர்ர்ர் டிர்ர்ர்ண்ணு பறந்து பறந்து உக்காருது. நம்ம மனசும் அதோட சேர்ந்து துள்ளுது! பெருவிரல் கனம்தான் இருக்கும்; ரொம்பச் சின்னப் பறவ."

"அதோட மூக்கு என்ன நிறத்திலெ இருந்தது?" மோகனதாஸ் யோசித்துப் பார்த்தான். "அதுங் கருப்பு நிறத்திலெதான் இருக்கணும்; அதெ நா ஓம்மாதரி கவனிச்சுப் பாத்துப் பழக்கமில்லெ."

ரெண்டு பேரும் கொஞ்ச நேரம் அப்படி யோசித்த படியே உட்கார்ந்திருந்தார்கள். வெங்கடேசின் பரவசமான முகபாவத்தைப் பார்த்த மோகனதாஸ் "நீ அந்தச் சிட்டை பாத்திருக்கயா?" என்று கேட்டான். ஆமாம் என்கிற மாதரி சாவதானமாகத் தலையசைத்து "இந்தச் சிட்டுகள்ளெதான் எத்தனை வகையிருக்கு மாமா... தேன் சிட்டு, தட்டைச் சிட்டு, பூஞ்சிட்டு, பட்டுச் சிட்டு, வேலிச்சிட்டு, முள்ச்சிட்டு, மஞ்சள் சிட்டு, செஞ்சிட்டு. இந்தச் செஞ்சிட்டு அசல் குங்கும நிறத்திலெ இருக்கும். இந்தக் கருஞ்சிட்டு மாதரி அதும் அபூர்வமா எப்பவாவதுதான் வரும்."

"மாமா இந்தப் பறவைகள்தான் எம்புட்டு அழகா இருக்கு!" என்று உணர்ச்சிவசப்பட்டுச் சொன்னான் வெங்கடேஷ்.

9

“ஒரு நா எங்க மாட்டுத் தொழுவுக்குள்ளெ ஒரு வால் குருவி வந்து உக்காந்தது” என்றான் மோகனதாஸ்.

“ஒரு முழ நீளம் இருக்கும் வால்; ஒத்தை வால். நல். . .ல வெள்ளை. முதல்லெ நம்ம கண்ணுக்குத் தெரியிறது வால்தான்.”

வெங்கடேசு சொன்னான், “ஒத்தை வால்ண்ணு கிடையாது; ரெண்டுதான் ஏற்பட்டது எப்பிடியோ ஒண்ணு போயிருது. நா ரெண்டு விதமாயும் பாத்திருக்கேன், இந்த வால் குருவிகள்லேயும் பல நிறம் இருக்கு மாமா.”

“நா ஒருக்கா மந்தைப் புளியமரத்திலெ ஒரு ஜோடி பறவையைப் பாத்தேன். மஞ்சளும் பச்சையும் கலந்த ஒரு தங்க நிறம்! கண் கூசும்படியான மின்னாப்பு*. அந்த நிறத்திலெ ஒரு பறவையை நா இதுவரை பாத்ததே கிடையாது. முதுகு மட்டுந்தான் தெரியுது. பாக்கணும்ண்ணு கிட்டெ நெருங்கிப் போனா பறந்து மறைஞ்சு போயிருது. என்ன செய்யிறதுண்ணு தெரியலை. வீட்டுக்கு வந்து ‘ஏர்கன்’ எடுத்துட்டுப் போயி சுட்டுப் பார்ப்பமாண்ணு தோனிச்சி. . .”

“மாமா அப்பிடி செஞ்சிராதிங்க எப்பவும்; பிறகு அப்பிடி அபூர்வமான பறவைகளெ நம்ம ஊர்லெ பாக்க முடியாமப் போயிரும்.”

---

* பிரகாசமான

இவனுடைய உணர்ச்சியும் குரலும் மோகனதாஸைத் தொட்டது.

கொஞ்சங் கழித்து வெங்கடேசு கேட்டான் "விலாங்கு ஊருக்குள்ளெ வந்து கோழிக் கூண்டுலெ தூங்கிற கோழியைப் பிடிச்சிட்டுப் போயிரும்ண்ணு சொல்றாங்களே, எப்பிடி ?"

விலாங்கு என்பது பாம்பு உருவத்திலுள்ள ஒருவகை மீன். நாள்பட்ட விலாங்கு, தண்ணீர்க் கரையிலுள்ள வேலிப் புதர்களிலுள்ள பறவை முட்டைகளையும் சில சமயம் பறவைகளையும்கூட ராத்திரி நேரங்களில் போய்ப் பிடித்துத் தின்றுவிடும் என்று கிராமச் சிறுவர்கள் நம்புகிறார்கள்.

பாம்பு உருவத்தில் அது இருப்பதால் இந்த நம்பிக்கை ஏற்பட்டிருக்கலாம். இதையும்விட மேலே ஒருபடி அவர்களின் கற்பனை விரிந்து, "ராத்திரி நேரத்திலெ இரை கிடைக்காத சமயம் விலாங்கு ஊருக்குள்ளே வந்து இரை புடிக்குமாம். கோழிக் கூண்டுக்குள்ளற நுழைஞ்சி தூங்கிற கோழியைப் பிடிச்சிட்டுப் போயிருமாம். இப்பிடிப்பட்ட விலாங்கு மீனைப் பிடிக்க ஒரு தந்தரம் செய்வாங்களாம். ஒருநா கோழி பிடிச்சிட்டுப் போன பழக்கத்துக்கு அது மறுநாளும் வருமாம். அது வர்ர பாதையில் நிறைய்ய சாம்பலை நெடுக கனமாத் தூவி வச்சிருவாங்களாம். அவ்வளவுதான்; அது மேலே சாம்பல் படப்பட அதோட வழுக்கும் தன்மை போயி அப்படியே ஒண்ணுஞ் செய்ய முடியாமக் கிடக்குமாம். காலையிலெ எந்திருச்சதும் நாம அதை எடுத்துகிட்டு வந்து கறி வச்சித் திங்க வேண்டியதுதான் !"

இதைக் கேட்ட மோகனதாஸ் கலகலவென்று வாய்விட்டுச் சிரித்தான்.

"அது சரீ; நீ ஏன் படிப்பை நிறுத்தீட்டெ ?"

வெங்கடேசுக்கு முகம் சுருங்கி ஒருமாதரி ஆகிவிட்டது. பிறகு சொன்னான்,

“நா படிக்கணும்ன்னுதான் நெனைக்கேன்; படிப்பு வர மாட்டேங்குது.”

“அதெப்படி; படிச்சா வராம எங்கெ போகும்; அசோக்கெல்லாம் படிக்கலையா?”

“எனக்கு அவ்வளவு திறமை இல்லெ மாமா.”

“உன்னெப் பத்தி நீ ரொம்பக் கொறைச்சி நெனைக்கிறே; உண்மெ அதுல்லெ. ஒன் வயசிலே நா இவ்வளவு விஷயம் தெரீஞ்சவனா இருந்ததில்லெ.”

இந்த வார்த்தைகளால் வெங்கடேசின் மனசில் நம்பிக்கை கொழுந்து துளிர்விட்டது.

“படிப்பை நிறுத்தி ஒரு வருஷத்துக்கு மேலாச்சேண்ணு நெனைக்காதே. இந்த இடைவெளி ஒரு நல்லதுக்குத்தான்.”

“படிச்சி என்ன செய்ய; வேலை கிடைக்க மாட்டேங்குதே.”

“நா ஒன்னை வேலைக்காகப் படிக்கச் சொல்லலை; பள்ளிக்கூடங்கள்லெ நீ படிக்க வேண்டியதெல்லாம் கொஞ்சந்தான் இருக்கும்; ஒங்கிட்டேயிருந்து பள்ளிக்கூடங்கதான் ரொம்பப் படிக்க வேண்டியதிருக்கும்.”

“அதென்ன மாமா அப்படிச் சொல்றீங்க!”

“முறையான ஒரு படிப்பு ஒனக்குக் கொடுக்கும் பட்சத்திலே நீ இந்த நாட்டுக்கு ஒரு சிறந்த விஞ்ஞானியா வந்தாலும் வரலாம்.”

“போங்க மாமா ஒங்களுக்குக் கேலிதான் எப்பவும்.”

இவர்கள் இப்படிப் பேசிக்கொண்டிருக்கையில் வானம் குமுறுவது போலவும், எங்கோ தூரத்தில் ஒருத்தன் தகரத்தைத் தரையில போட்டு இழுத்துக்கொண்டு போவது போலவும் ஒரு பிடிபடாத ஓசை கேட்டுக்கொண்டே

இருந்தது. கொஞ்ச நேரத்தில் ஆகாயத்தின் நீலநிறத்தின் ஊடே பளிச்சென்று வெண்ணிறமான ஒரு கோடும் அதன் நுனியில் ஒரு புள்ளியும் நகர்ந்துகொண்டே போவது தெரிந்தது.

மேலே பார்த்த வெங்கடேசிடம் "ஜெட் விமானம் போகிறது" என்றான் மோகனதாஸ். இதற்குள் அசோக்கும் மூச்சு வாங்க மேலே மாடிக்கு ஓடி வந்தான், விமானத்தைப் பார்க்க.

அவர்களுடைய பேச்சு பல்வேறு ரக விமானங் களைப் பற்றித் திரும்பியது. மோகனதாஸ் விமானங்களைப் பற்றியும் அதன் உருவ அமைப்புகளைப் பற்றியும் சொன்னான். கரிச்சான் பறவையைப் போல் நினைத்தபடி யெல்லாம் லாவகமாகவும் சுலபமாகவும் பறந்து எதிரி விமானங்களைத் தாக்கும் நம்முடைய 'நாட்' விமானத்தைப் பற்றிச் சுவாரஸ்யமாக விவரித்தான்.

"எத்தனை பறவை வகைகள் உண்டோ அத்தனை மாதரி விமானங்களும் இருக்கும் போலிருக்கே?" என்று கேட்டான் வெங்கடேசு. பிறகு, "மாமா நான் நல்லாப் படிச்சி விமானம் ஓட்டப் போகணுங்கிற ஆசையா இருக்கு; வானத்துலெ நா பறக்கணும்" என்று குனிந்து இரண்டு கைகளையும் விரித்துக் காண்பித்தான்.

மோகனதாஸ் வீட்டு மாடியிலிருந்து வெங்கடேசு கீழே இறங்கி வரும்போது தென்னை மரத்தடியில் சிறு குழந்தைகள் விளையாடும் விளையாட்டைக் கவனித்தான். புழுதி மண்ணினால் சிறு வீடு கட்டிப் பொண்ணு மாப்பிள்ளை வைத்து விளையாடிக் கொண்டிருந்தார்கள். அசோக்கின் குட்டித் தங்கைதான் பொண்ணு. ரொம்ப ஆடம்பரமாகப் பொண்ணை அலங்காரம் செய்திருந்தார்கள்.

ஒட்டுப் புல்லின் பச்சைநிறக் கதிர்களை ஆபரணங் களாக்கி நெத்திச் சுட்டியாகவும் ஜடைபில்லையாகவும் தலையில் ஒட்ட வைத்திருந்தார்கள், கொக்கராளிப் பூவை மூக்குத்தியாகவும் துத்துரிப் பூவை கம்மலாகவும்

போட்டிருந்தார்கள். பனை ஓலையால் செய்யப்பட்ட வளையல்கள் கை நிறைய்ய. மெல்லிய நீளமான கீரைத் தண்டில் இடம் விட்டு ஒடித்து உரித்த கழுத்து ஆபரணங்கள்.

அதில் சிகப்புக் கீரைத்தண்டு ஆபரணம் பச்சைக் கீரைத்தண்டு ஆபரணம் என்று ரெண்டு வகை. பல்லக்குப் பாசிகளின் ஊடே நூல் கோர்த்துச் செய்யப்பட்ட பலநிறமான விதம் விதமான ஆபரணங்கள். ஒரு பக்கம் சமையல் வேலை ரொம்பத் தடபுடலாய் நடந்துகொண் டிருந்தது. இவனுடைய தங்கை திக்கம்மா தலைமையில் அதிகாரம் தூள் பறக்கிறது!

கொக்கராளி இலைகள் வாழையிலைப் பூட்டுகளாக மாறி இருந்தன. தினுசு தினுசான சமையல் பதார்த்தங்கள், எண்ணிக்கையில் அடங்காது. மண் தினுசுகள் மணல் வகைகள் பொடீப்பொடியான நிறம் நிறமான கற்கள் அவ்வளவும் பதார்த்தங்கள்தான். திங்கிறதுக்குத்தான் வயிறு வேணும்!

“மேளகாரனை எங்கே? வேளார் கோலப்பானைகளைக் கொண்டு வந்திட்டானா?” என்று அதிகாரக் கேள்விகள்.

அவர்களுக்குத் தெரியாமல் ஒளிந்துகொண்டு வெங்கடேசு இவைகளைக் கண்டு ரசித்துக்கொண்டிருந்தான்.

அந்த வயசில் தானும் அதுமாதரி ஜோட்டுகளோடு கூடி விளையாண்டது நினைப்புக்கு வந்தது. குழந்தைகள் விளையாட்டில் தான் எத்தனை வகை! ஒவ்வொரு வயசுக்கென்றும் ஒவ்வொரு பருவத்துக்கென்றும் அததுக்கான விளையாட்டுகள்.

பெரியாட்களைத் தவழச் சொல்லி அவர்கள் முதுகில் உட்கார்ந்து சவாரி செய்யும் யானை விளையாட்டு, அவர்கள் கழுத்தைக் கைகளால் இறுகக் கட்டிக்கொண்டு, குனிந்த முதுகில் தொங்குகிற உப்புக்கட்டி விளையாட்டு, உள்ளங்கையில் முழங்கை நுனியால் பருப்புக் கடைந்து விரல்களை ஒவ்வொன்றாய் மடக்கிக்கொண்டே

கறிவகைகளின் பெயர் சொல்லி, சாதம் பிசைந்து அப்பா சாப்பிட்டு, அம்மா சாப்பிட்டு, நீ சாப்பிட்டு, கன்றுக்குட்டி, பசுமாடு, காக்கை, குருவியெல்லாம் சாப்பிட்டு, "கழுவிக் கழுவி நாய்க்கு ஊற்றி, கழுவிக் கழுவி நரிக்கு ஊற்றி, சந்தைக்குப் போற பாதை எது; சாலைக்குப் போற பாதை எது" என்று சொல்லி விரல்கள் கைமீது நடந்துகொண்டே வந்து கக்கத்துக்குள் அத்துமீறி நுழைந்து கிச்ச மூட்டுகிற விளையாட்டு. இப்படி ஒன்றா இரண்டா, சொல்றதுக்கு.

10

மண்டையைப் பிளக்கும் உச்சி வெயில். வெங்கடேசு, அசோக், செந்திவேல் மூணு பேரும் குமாரபுரம் ரயில்வே ஸ்டேஷனைப் பார்த்துப் போனார்கள் தண்ணீர் குடிப்ப தற்காக.

வழியில் மாட்டுக்காரப் பிள்ளைகள் சில்லான் வேட்டையாடிக்கொண்டிருந் தார்கள்.

இவர்கள் இருக்கும் இடம் ஒரு தீவு போலவும், தூரத்தில் சுற்றிச் சூழவும் தண்ணீர் நிறைந்திருப்பது போலவும் தெரிந்தது கானல் நீர். அங்கிருந்து பார்க்க ரயில்வே ஸ்டேஷன் தன்ணீரில் மிதப்பது மாதரித் தெரிந்தது! எட்டத்தில் மனசை நெகிழவைக்கும் காட்டுப் பாடல் கேட்டது. உடனே ஒருத்தரை யொருத்தர் பார்த்துக்கொண்டார்கள். இனிமை நிறைந்த அந்தக் குரல் யாருடையது என்று அவர்களுக்குத் தெரியும்.

“கோயிலூ ... ஊ ... பட்டியிலே ... ஏ
கோயிலூப் பட்டியிலே ...
கொழுந்துவிக்கிம் மேடையிலே ... ஏ
கொழுந்து ... விக்கிம் மேடையிலே
கண்டுவந்த நாள் முதலாய்
கண்டூ ... வந்த நாள்முதலா ... ஆ
கண்ணுரெண்டும் மூடலையே ...”

அவன் அசோக் வீட்டில் மாடு மேய்க்கும் மாட்டுக்கார வடிவேலு. காட்டில்தான் பாடுவான். ஊருக்குள் பாடச் சொன்னால் மறுத்துவிடுவான். காட்டுப் பாடல்களை ஊருக்குள் பாடக் கூடாது என்று சொல்லுவான். பெரியவர்களும் சேர்ந்து வற்புறுத்தினால் பாடுவதற்கு என்று ஒரு பாட்டு வைத்திருக்கிறான்.

“பால்க் காவடியான் கந்தன் திருவடி
பார்க்கலாம் பெண்ணே . . .”

என்கிற ஒரு வரிப் பாடலை மட்டும் பாடிவிட்டு “வேலையிருக்கு” என்று நகர்ந்துவிடுவான்.

குழந்தைகள் அவனை எங்கே கண்டாலும் “வடிவேலு ஒரு பாட்டுப் பாடு; பாட்டுப் பாடு” என்று நச்சரிப்பார்கள். ‘தன்னன்னெ’ என்று வசனமாகவே சொல்லிவிட்டுச் “சோலியெப் பாத்துப் போங்களேன்; வேற வேலையே கிடையாதாக்கும்” என்று போய்விடுவான்.

மோகனதாஸோ, அசோக்கோ அல்லது அவனுக்கு மனசுக்குப் பிடித்தவர்களோ “வடிவேலு ஓம் பொண்டாட்டிக்கு எப்படிக் காயிதம் எழுதுவே?” என்று கேட்டால், ராகத்தோடு கூடிய ஒரு இழுப்பில் கீழ்க்கண்ட வாறு சொல்லுவான்:

“சமாச்சாரம்; மருதை விட்டுப் பட்டணம் போக. கணவனார் இடைசெவலில் இருக்கிறார்.

“அழகு தேமல் விழுந்திருப்பதால் ரெண்டாந் தாரம் கலியாணம் செய்யணும்.

வேலைக்காரங்களைக் கூப்பிட்டுக் கிட்டங்கியைத் தொறந்து வேண்டிய பணம் முதலானதுகளை எடுத்துக் கொண்டு புறப்பட்டு உடனே வந்து சேர வேண்டியது ...”

இப்படிச் சொல்லிக்கொண்டே வரும்போது அவனாகவே பலமாகச் சிரித்து “கிய்க்யூவ் . . .” என்று பொய்த் தொண்டையால் ஒரு பறவைச் சத்தத்தைப் போலக் கூவி மேலும் சிரிப்பான்!

அசோக் வீட்டுக்குப் பத்து வயசுப் பையனாக மாடு மேய்க்க வந்தவன் இந்த வடிவேலு. இப்போது ஐம்பது வயசு இருக்கும். அவனுக்கு இருந்தாற் போலிருந்து திடீரென்று புத்தி சுவாதீனமில்லாமல் போய்விடும். பைத்தியம் ஆரம்பமாகப் போகிற நாள் அவர்களுக்குத் தெரிந்துவிடும்.

தினமும் அதிகாலையில் எழுந்து வடிவேலு தொழுவைத் தூப்பான். அசோக்கின் அப்பா வீட்டினுள்ளிருந்து தொழுவுக்கு வருவதைப் பார்த்ததும் வழக்கத்துக்கு மாறாக அன்று அவன் பருத்தி மார் முடியைக் கீழே போட்டுவிட்டுப் பவ்யமாகக் குனிந்து அவரைக் கும்பிடுவான், பதிலுக்கு அவர் கும்பிட்டால் சண்டை போடும் குரலில் ஆட்சேபிப்பான். “நாந்தான் உங்களைக் கும்பிடணும்; நீங்க என்னைக் கும்பிடக் கூடாது.”

அன்று வீட்டுக்காரர்களை யாரைக் கண்டாலும் கும்பிடுவான். அவன் கும்பிட்டதைப் பார்த்ததும் இவர்களுக்கு முகம் சிறுத்துவிடும். ஐயோ என்று மனசு துக்கப்படும். சாய்ந்திரம் மாடுகள் மட்டுமே வீட்டுக்குத் திரும்பி வரும். அவைகள் சோர்ந்து தெரு வழியாக மேய்ப்பன் இல்லாமல் நடந்து வரும்போது அவைகளின் கழுத்து மணிகள் சோகமாய் ஒலிப்பது போலிருக்கும். வருத்தம் பொங்க இவர்களே மாடுகளைக் கட்டுவார்கள்.

வடிவேலு காட்டிலே தங்கிவிடுவான். அங்கேயே திரிந்து கொண்டிருப்பான் பாடிக்கொண்டே.

நடுச் சாமத்தில் எப்பவாவது அசோக்குக்கு முழிப்புத் தட்டும். எங்கோ தூரத்தில் வடிவேலு பாடிக்கொண்டிருக்கும் குரல் கேட்டுக்கொண்டிருக்கும். அது பயமாக இராது. மனசை ஏதோ சங்கடப்படுத்தும். ‘ஒண்ணுக்கு’ இருக்க எழுப்பிவிடும்போது அம்மாவிடம் கேட்பான், “வடிவேலு ஏம்மா தூங்காம இப்பிடி பாடிக்கிட்டே அலையுதான்?” அம்மாவிடமிருந்து ஒரு பதிலும் வராது. “ப்ச்சு; பாவம்” என்பாள்.

சில இரவுகள் அந்தக் குரல் நெருக்கமாய்த் தெருவில், வாசலின் முன்னால்கூடக் கேட்கும். அப்போது கொஞ்சம் பதற்றமாக இருக்கும்; தொழுவில் அசைபோட்டுக் கொண்டு படுத்திருக்கும் பசு மாடுகள் எழுந்து நிற்கும். காதுகளைக் குவித்து வைத்துக்கொள்ளும்.

கொஞ்சநாள் கழித்து ஒரு அதிகாலை நேரத்தில் முற்றத்து வாசலில் வந்து நிற்பான் வடிவேலு. அப்போது அவன் யாரையும் கும்பிட மாட்டான். கை கட்டிக் கொண்டு அழுக்கடைந்த நைந்த துணிகளோடு சவரம் செய்யப்படாத சிலும்பிய தாடியுடன் சோகமான கண்களுடன் மெலிந்து காணப்படுவான், ஒரு குற்றவாளி உணர்வுடன்.

அம்மாதான் அவனை உள்ளே கூப்பிடுவாள். "வா வடிவேலு உள்ளெ வா."

சருவச் சட்டி நிறைய்ய மோர் விட்டுக் கரைத்த கம்மங் கஞ்சியை வைத்துக்கொண்டு அம்மா அப்படிக் கூப்பிடும்போது தயங்கித் தயங்கிப் பிறகு உள்ளே வந்து சுவரின்மேல் கவிழ்த்தி வைக்கப்பட்டிருக்கும் அவனுடைய சட்டியை எடுத்து வைத்துக் கொண்டு உட்காருவான்.

கஞ்சி குடித்து முடிந்தவுடன் அம்மா அவனுக்கு ஒரு ரூபாய் கொடுப்பாள். பிறகு அவன் திரும்பி வரும்போது பழைய வடிவேலு மாதரி இருப்பான். மாடுகளெல்லாம் அவனைக் கண்டதும் குரல் கொடுக்கும். அவைகளை அவன் தட்டித் தடவிக் கொடுப்பான்.

இப்பொழுது வடிவேலு பழையபடிக்கும் காட்டில் அலைந்து கொண்டிருக்கிறான். இதோ அவனுடைய அந்த இனிமை மிக்க குரல் கேட்கிறது. அவர்களுக்குத் தொண்டைக் குழியில் ஒரு வலி தெரிகிறது. அசோக் கண்களில் நீர் திரையிட்டது. அவர்கள் மௌனமாக ஸ்டேஷனைப் பார்க்க நடந்துகொண்டிருந்தார்கள்.

கொஞ்சத் தூரத்தில் ரயில் கத்தாழையும் தந்தி மரங்களும் தெரிந்தது. கிட்டே நெருங்கத் தந்தி மரங்களின் கணகணப்பு அவர்களைத் தன்பால் ஈர்த்தது. அந்த உலோக மரத்தின் கம்பி இரைச்சல் அவர்களுக்கு என்ன செய்தி சொல்லுகிறது? எத்தனை தரம் அதில் காதை ஒட்ட வைத்துக் கேட்டாலும் சலிப்புத் தோன்றுவதில்லை அவர்களுக்கு. அதில் வடிவேலுவின் பாடும் குரல், யார் யாருடனோ உரத்துப் பேசுவது மாதரியான குரல்கள், கானலின் ஓயாத முணுமுணுப்பு, காற்றுக் குழந்தையின் அழுகை, சிணுக்கட்டம், கெக்கொலி, தங்கள்மீது பாசமானவர்களின் அழைப்புக் குரல்கள், எல்லாம் அதில் கேட்டனவா?

தூரத்தில்‘கைகாட்டி’இறங்கிவிட்டது,செந்திவேல்தான் பார்த்துச் சொன்னான்.

11

இன்னும் கொஞ்ச நேரத்தில் அவர்களுக்குத் 'தெரிந்த' ஒரு கூட்ஸ்* வரும். அதில் மொத்தம் எத்தனை டக்குகள் இருக்கு என்று எண்ணுவார்கள். வழக்கம்போல் கணக்குச் சரியாக வராது. மூன்று பேரும் மூன்று எண்ணிக்கையைச் சொல்லுவார்கள். அப்புறம் ஒருவருக்காக மற்றவர் எண்ணிக்கையை விட்டுக்கொடுத்துக்கொள்வார்கள்!

இப்படி அவர்கள் தினமும் நின்று எண்ணிக்கொண்டிருக்கும்போது ஒருநாள், எண்ணுவதற்கு ஆயத்தமானபோது எஞ்சினுக்குள்ளிருந்து ஏதோ என்னவென்று பார்த்தால் பிஸ்கோத்துகள்! எஞ்சினிலிருந்த ஒரு 'சட்டைக்காரன்' இவர்களைப் பார்த்துச் சந்தோஷத்தோடு கையை அசைத்துக் கொண்டே போனான்.

மறுநாள்தான் இவர்கள் அவனை நன்றாகப் பார்க்க முடிந்தது. அந்தச் சிறிய ஸ்டேஷனில் எந்த கூட்ஸ் வண்டியுமே நிற்பதில்லை. பயங்கர இரைச்சலுக்கும் ஓலத்துக்கும் மத்தியில் சத்தம் போட்டுக் கூட ஒரு வார்த்தை பேச முடியாது. பல்லைக் காட்டிச் சிரித்துக்கொள்ளலாம்.

---
* பொசல் வண்டி

பிஞ்சுகள்

ஒருத்தருக்கொருத்தர் சலாம் போட்டுக்கொள்ளலாம். அந்தச் சட்டைக்காரனுக்கு இவர்களாகவே ஒரு செல்லப் பெயர் வைத்துக்கொண்டார்கள். இதைப் போலவே அவனும் இவர்களுக்கு ஒவ்வொரு பெயர் அல்லது கூட்டாக ஒரே பெயர் வைத்திருக்கலாம்.

வெங்கடேசுதான் ஒரு யோசனை சொன்னான். “தினோமும் அவரிடமிருந்து இப்படி பிஸ்கோத்துகளையும் ரொட்டியையும் பெற்றுக்கொள்கிறது நல்லா இல்லை; பதிலுக்கு நாமளும் எதாவது அவருக்குக் கொடுக்கணும்.”

கூடி ஆலோசித்து ஒரு முடிவுக்கு வந்தார்கள்.

சுண்டு விரல் தண்டிக் கனமுள்ள நீளமான கருவ மரத்து வேரில் ‘ரயில் சாவி’ மாதரி செந்திவேல் பின்னினான். பிறகு அதில் ஒரு குத்து தளதளப்பான கரும்பச்சை நிறத்தில் ஆரோக்கியமான கொத்தமல்லிச் செடிகளை வைத்துக் கட்டினார்கள். வெங்கடேசு ஒரே ஓட்டமாகப் போய் ஒரு நீளமான அகத்திக் கம்பு, நுனியில் கவட்டையுள்ளதாகப் பார்த்துக்கொண்டு வந்தான். கவட்டையில் அந்த ‘ரயில் சாவி’யை மாட்டித் தள்ளி நின்றுகொண்டு அனுசரணை யாக நீட்டிக்கொண்டிருந்தார்கள். தூரத்தில் கூட்ஸ் வண்டி வருவது தெரிந்தது. ஒரு வளைவில் அது வளைந்து பிறகு நேரானது. தூரத்தில் வரும்போதே அது இவர்களைப் பார்த்து ‘பையன்களே தூரப்போங்கள்’ என்று தனது கீச்சுக் குரலில் ஓங்கி எச்சரித்தது.

தரை நடுங்கும்படியாக அருகில் வந்ததும் அசோக்கின் கையிலிருந்த அந்த ரயில் சாவி வட்டத்துக்குள் அந்தச் சட்டைக்காரன் கையை லாவகமாக ஓட்டி ஒரு நிஜமான ரயில் சாவியைப் பெற்றுக்கொள்வதுபோல் வாங்கிக் கொண்டது இவர்களுக்கு அளவில்லாத துள்ளும் மகிழ்ச்சி யாக இருந்தது.

இவர்களுடைய அன்பளிப்பான கொத்தமல்லிச் செடியை எடுத்துக்கொண்டு, பிஸ்கோத்துகளையும் ரொட்டியையும் அந்த வெற்றுச் 'சாவி'யுடன் ஒரு அடையாளமான இடத்தில் அவர்கள் பார்க்கும்படியாகப் போட்டுவிட்டுப் போனான் அந்த அவன்.

அந்த லீவு நாட்கள் பூராவும் அசோக்குக்கும் நண்பர்களுக்கும் மனசுக்குப் பிடித்தமான இனிய பொழுதுபோக்காக அமைந்திருந்தது.

ரயில்வே ஸ்டேஷனுக்குப் போய்த் தண்ணீர் குடித்துவிட்டு அவர்கள் தொட்டேரம்மன் கோயில் மர நிழலில் வந்து படுத்துக் கொஞ்ச நேரம் ஓய்வு எடுத்துக் கொண்டார்கள்.

வெங்கடேசுவின் மனசு மட்டும் அமைதிகொள்ள வில்லை. தான் பள்ளிக்கூடம் போகாமல் பொழுதை வீணடிப்பதாக மனசில் ஒரு நெருடல் இருந்துகொண்டே இருந்தது. அந்தத் தொட்டேரம்மன் கோயில் மரங்களும் அந்த அமைப்பிடமும் அவனுக்குப் பிடித்தமான ஒரு தாப்பு**.

அது ஒரு சிறிய அடர் தோப்பு. புளி, வேம்பு, கல்லத்தி, புன்னரசி மரங்கள் கொண்டது. அந்த மரங்களின் கீழே இலந்தைமுள் கோட்டைக்குள் தொட்டேரம்மன் கோயில் கொண்டிருக்கிறாள். முள்கோட்டைக்குள் யாரும் போவதில்லை. அதனுள் ஆயிரம் வயதுடைய கருநாகம் குடியிருப்பதாகச் சொல்லுகிறார்கள். 'கோயில் பாம்பு' என்று பெயர்.

வெள்ளிக்கிழமை தோறும் ஒரு கிண்ணம் பால் கொண்டு வந்து வைத்துவிட்டு விளக்குப் பொருத்தி வைத்துவிட்டுப் போவார் பூசாரிக் கவுண்டர்.

** பறவைகளோ மிருகங்களோ அந்த ஆண்டின் தட்ப வெப்பத்திற்கேற்பத் தங்கள் இருப்பிடங்களை மாற்றிக்கொள்ளும் இடம். தங்கி இளைப்பாறிப் போகிற இடங்களையும் தாப்பு என்று சொல்கிறதுண்டு.

பிஞ்சுகள்

கோயில் பாம்பை யாரும் கொல்வதில்லை. அதே போல் கோயில் பாம்பும் யாரையும் ஒன்றும் செய்வதில்லை. ஆகவே பயம் இல்லை.

அந்தக் கோயில் பாம்பை இதுவரை யாரும் பார்த்த தில்லை. ஆனால் அதைப் பற்றி நிறைய்யக் கதைகள் உண்டு. செந்திவேலிடம் கேட்டால் வண்டி வண்டியாகச் சொல்வான். பாம்புகளைப் பற்றிய விஷயங்களுக்கு அவன்தான் 'தெரிந்தவன்'. ஒரு பாம்பின் வால் ஊசியாக இல்லாமல் மொண்ணையாக இருந்தால் "இது யாரையோ கடிச்சிருக்கு; அதான் வாலு இப்பிடி மொண்ணையா இருக்கு" என்பான். யாரையுமே கடிக்காமல் ஒரு நாகப்பாம்பு ஆயிரம் வருசத்துக்குமேல் ஜீவித்திருந்தால் அதனுடைய உடம்பு குறுகி ஒரு குருவியின் அளவுக்கு வந்துவிடும் என்பான். பிறகு இறக்கைகள்கூட முளைத்துப் பறக்க ஆரம்பித்துவிடுமாம். அது பகலில் வெளியே வராதாம். அதன் உடம்பிலிருக்கும் விஷம் கெட்டியாகி (தேன் இறுகிக் கல்கண்டு ஆவதுபோல) இறுகி ஒரு பிரகாசமான கல் ஆகிவிடுமாம்.

ராத்திரி வேளைகளில் அதைக் கக்கி அதன் வெளிச்சத்தில் வந்து மொய்க்கிற ஈசல் முதலிய பூச்சி புட்டரைகளைப் பிடித்துத் தின்னுமாம். தானே வெளிச்சம் தரும் சுயம்பிரகாசமான கல்லைத் தான் 'நாகரட்ணம்' (நாகரத்தினம்) என்று சொல்வார்களாம். ஒருத்தனுக்கு நாகரட்ணம் கிடைத்துவிட்டால் அவன்தான் பெரிய்ய பணக்காரனாம். ஆனால் நாகரட்ணம் கிடைக்கிறது அவ்வளவு லேசு இல்லை. அந்தப் பாம்பு அப்படி இரை தேடிக்கொண்டிருக்கும்போது எருமைச் சாணியால் மறைந்திருந்து எறிந்து மூடிவிட்டால் அது வெளிச்சம் தெரியாமல் பறந்து பறந்து தரையில் மோதிச் செத்துப் போகுமாம். பிறகு நாம் அந்த நாகரட்ணத்தை எடுத்துக் கொண்டு வந்துவிடலாமாம். ஆனால் நாகரட்ணத்தை வீட்டில் வைத்திருக்கக் கூடாது. ஏதாவது ஒரு கோயிலுக்குக்

கொண்டு போய்க் கொடுத்துவிட வேண்டும் என்று சொன்னான் செந்திவேல்.

மோகனதாஸிடம் ஒரு தடவை நாகரட்ணம்பற்றி விசாரித்தான் வெங்கடேசு. அதைக் கேட்டதும் அவன் பலமாகச் சிரித்தான். சிரித்துவிட்டுச் சொன்னான், "நான் இந்தக் காலத்துப் பையன்; நீயே வருங்காலத்துப் பையன். இந்த மாதரியான ஆதாரமில்லாத வெற்றுக் கதைகளை நம்பாதே."

12

அவர்கள் படுத்திருந்த இடத்துக்குப் பக்கத்தில் தரையில் நிறைய 'மண் பூக்கள்' பூத்திருந்தன. மண்பூக்கள் என்றால் தரையிலேயே பூ மாதரி குழியாக அழகான சாம்பல் நிறத்தில் அமைந்திருப்பது. அதற்குள் கீழே 'குழிநரி' என்று சொல்லப்படும் ஒருவகை புழுதி உண்ணி இருக்கும். கடுகு அளவு தலையும் குன்றிமணி அளவு உடலும் கொண்டிருக்கும். அதனுடைய நிறமும் அதே சாம்பல் மண் நிறமாகவே இருக்கும். குழந்தைகள் முதலில் ஒரு தரைப்பூவைத் தோண்டி ஒரு குழிநரியைப் பிடிப்பார்கள். பிறகு அதன் குட்டைக் கழுத்தில் நூலால் ஒரு சுருக்கா முடிச்சிப் போட்டு மிச்ச நூலைக் கையில் பிடித்துக்கொண்டு அதை மற்ற தரைப்பூவிற்குள் விடுவார்கள். இரண்டு மூன்று வினாடிகள் கழித்து நூலை இழுத்தால் நூல்நரி உள்ளே இருந்து ஒரு புதிய குழிநரியை இழுத்துக்கொண்டு வெளியே வரும்! இப்படி ஒவ்வொரு தரைப்பூவுக்குள்ளேயும் நூல்நரியை விட்டு அவைகளுக்குள்ளே பதுங்கி இருக்கும் குழிநரிகளை வெளியே கொண்டுவருவார்கள். நூல் குழிநரி தரைக்குள் இறங்குவதைப் பார்க்க வேடிக்கையாக இருக்கும்.

வெங்கடேசும் செந்திவேலும் ஏகப்பட்ட குழிநரிகளை 'வேட்டை'யாடிப்

பிடிப்பதை அசோக் சுவாரஸ்யமாகப் பார்த்துச் சிரித்துக் கொண்டிருந்தான்.

பிடித்த குழிநரிகளை என்ன செய்வது என்று தெரியாமல் ஒரு குறிப்பிட்ட இடத்தில் நெருக்கமாக விதைத்தார்கள். பிறகு "நாளைக்கு வந்து பார்ப்போம். இந்த இடத்தில் நிறைய்ய தரைப் பூக்கள் பூத்திருக்கும்; பார்க்க நல்லா இருக்கும்" என்று சொல்லிக் கொண்டார்கள்.

அவர்களுக்கு நல்ல பசி வந்துவிட்டது. புளிய மரத்தில் கைக்கு எட்டுகிற பூம்பிஞ்சுகளைப் பறித்துத் தின்றுகொண்டே வீட்டுக்குப் புறப்பட்டுப் போனார்கள்.

அம்மை நோயிலிருந்து விடுபட்ட வெங்கடேசு சிறிது சிறிதாகக் குணமடைந்து வந்தான். இவனுடைய பிரியமான நண்பர்கள் யாரும் இவனைப் பார்க்க வரவில்லை. இந்த நோய் பரவியுள்ள வீட்டுக்கு யாரும் வரக் கூடாது என்பது கட்டு. பூரண குணமாகி மூன்றுமுறை தலைக்குத் தண்ணீர் விட்டபிறகுதான் யாரையும் பார்க்கலாம். அதுவரை அவனது பாட்டியும் அவளுடைய பிரியமான வார்த்தைகளும் அவள் சொல்லும் கதைகளும்தான் வெங்கடேசுக்குத் துணை.

தலைக்கு மூன்றாவது தண்ணீர் விடுகிற அன்று அந்தக் குடும்பத்தார் – எல்லா வீடுகளிலும் செய்கிற மாதரி – ஒரு சிறிய கொண்டாட்டம்போல ஏற்பாடு செய்திருந்தார்கள்.

முற்றத்தில் காயும் வெயிலில் சூடேறுவதற்காகத் தவலைப் பானை நிறையப் பச்சைத் தண்ணீரும் அதில் வேப்பங் குழையும் போட்டு வைக்கப்பட்டிருக்கிறது. துள்ளுமாவு இடித்துத் தயாராகிக்கொண்டிருந்தது. பானகமும் நீர்மோரும் தயார்.

தலைக்குத்தண்ணீர் விட்டுக்கொள்ள வெங்கடேசுவைப் பாட்டி அழைத்தாள். ஆனால் இவனோ சுரத்தில்லாமல்

படுக்கையில் கிடந்தான். தனது அம்மாபற்றிய விஷயம் தெரிய வந்ததிலிருந்து இவனது மனநிலை அப்படியாகி விட்டது. வேளை கெட்ட வேளையில் காரணமில்லாமல் சோர்வும் நினைக்காதபோது கண்ணீரும் வடிப்பான். குடும்பத்தில் தன் அம்மாவைப் பற்றி யார் பேசினாலும் திருட்டுத்தனமாகக் கூர்ந்து கவனிப்பான். இவனுக்கு எதிரில் அவர்கள் பேசாவிட்டாலும் மறைவில் பேசாமல் அவர்களால் இருக்க முடியலை.

ஒரு நாள் தன்னுடைய அப்பாவே பாட்டியிடம் அம்மாவைப் பற்றிச் சொல்லிக் கண்ணீர்விட்டுத் துக்கப்படுவதை இவன் கவனித்து விட்டான். பெரியவர்கள் – ஆண்கள் – அழுது இவன் பார்த்ததில்லை. அம்மாவை நினைத்து அப்பா அழுதது இவனுக்கு அதிர்ச்சியாக இருந்தது. அப்பாவைக் கல் மனசு உள்ளவர் என்று இவன் நினைத்திருந்தான்.

தான் மாத்திரமல்ல 'இந்த உலகமே' தன் அம்மாவின் பிரிவை நினைத்து உருகுகிறது என்று நினைத்தான். திடீரென்று தனது உடம்பிலிருந்து ஒரு பகுதியை யாரோ பிய்ப்பதாக உணர்வான்; எதன் மீதாவது தலையை மடேர் மடேர் என்று மோதிக்கொள்ள வேண்டும்போல் தோன்றும். வெறி கொண்டவன்போல அம்மா அம்மா என்று கூவ வேண்டுமென்று தோன்றும். டி. சுப்பையாவை இவனுக்குத் தெரியும். அவனுடைய அம்மா பிரசவிக்க முடியாமல் இறந்துபோனாள். எல்லோரும் அவன் பேரில் – வகுப்பு டீச்சர் முதற்கொண்டு – இரக்கம் கொண்டார்கள். வகுப்பு நடந்துகொண்டிருந்தபோது மூன்றாவது நாள் டி. சுப்பையா மௌனமாக வந்து வகுப்பில் உட்காரும்போது எல்லோரும் அவனையே பார்த்துக்கொண்டிருந்தார்கள். தலை கவிழ்ந்துகொண்டு உட்கார்ந்திருந்த அவனை டீச்சர் பார்த்துக்கொண்டே இருந்தாள். பிறகு வேகமாகக் கைப்பையைத் திறந்து கர்சீபை எடுத்துக்கொண்டு கரும்பலகையின் மறைவிற்குப் போனாள் டீச்சர்.

கி. ராஜநாராயணன்

தங்கம் டீச்சர் இப்போ இங்கே இல்லை. மாற்றுதலாகி எங்கோ ஒரு தொலையூருக்குப் போய்விட்டாள். நல்லவர்களை யெல்லாம் கடவுள் கூப்பிட்டுக்கொள்கிறது போல நல்ல டீச்சர் களையெல்லாம் மாற்றிக்கொண்டு போய்விடுகிறார்கள்.

பிள்ளைகள் துஷ்டத்தனம் செய்தால் கோபப்படுவதற்குப் பதிலாக டீச்சர் மனங்கலங்குவாள். எல்லாரையும் பிரியமாக வைத்துக்கொள்வாள். விளங்காத கணக்கை எத்தனை தடவை கேட்டாலும் பொறுமையோடு சொல்லித் தருவாள்.

மாற்றுதலாகிப் போகும்போது பிரிவு உபசாரக் கூட்டம் நடத்தினார்கள். எல்லா சார்வாளும் தங்கம் டீச்சரைப் பாராட்டிப் பேசினார்கள். டீச்சர் பதில் பேச எழுந்திருந்தாள். "என் அருமைப் பிள்ளைகளே..." இதுக்குமேல் டீச்சரால் பேச முடியலை. இப்படிப்பட்ட டீச்சரைப் பிரியப் போறமே என்று நினைத்துக் குழந்தைகளுக்கும் கண்ணீர் பிதுங்கிவிட்டது. தங்கம் டீச்சர் போனதுதான்; வெங்கடேசு பள்ளிக்கூடம் போவது அப்படி அப்படி என்றிருந்து பிறகு நின்றே போய்விட்டது.

சயன்ஸ் வாத்தியாரிடம் ஒருதரம் பயங்கரமாக அடி வாங்கினான். அவருக்குப் பயல்களெல்லாம் சேர்ந்து 'கடுவா' என்று பெயர் வைத்திருந்தார்கள். சயன்ஸ் பாடத்தில்தான் இவனுக்கு இல்லாத சந்தேகங்கள் வரும்! வாத்தியார் சொன்னார், மேகங்கள் எல்லாம் நீராவிதான் என்று. தண்ணீர் கொதிக்காமல் எப்படி அதிலிருந்து நீராவி வரும்? சமுத்திரத்துத் தண்ணீர் கொதித்தால் அதிலிருக்கும் மீன்கள் எல்லாம் செத்துப் போகுமே. என்ன பாடம் சொல்லிக்கொடுக்கிறார் இந்த 'கடுவா' வாத்தியார் என்று நினைத்தான்!

பாட்டி வந்து வெங்கடேசுவைக் குளிக்கும் இடத்துக்குக் கூட்டிக்கொண்டு போனாள்.

பிஞ்சுகள்

13

அடுப்பில் சூடாக்காமல் சூரியனே சூடாக்கித் தந்த இதமான வெந்நீரில் குளித்தான் வெங்கடேசு. அம்மை குணமாக உடம்பில் சோப்போ சீயக்காயோ போடுவதில்லை. பருத்தி இலைகளிலிருந்து இடித்துப் பிழியப்பட்ட சாற்றை மேலே ஊற்றித் தேய்த்துக் குளுப்பாட்டுவார்கள். இதோடு ஆவரை இலைச் சாற்றையும் சேர்த்துக் கொள்வார்கள்.

குளித்து முடித்து இவனை முற்றத்திலிருந்து கூட்டிக்கொண்டு வந்து வீட்டு வாசல் முன்பாக நிற்க வைத்தார்கள். பாட்டி தாம்பாளத்திலுள்ள ஆரத்தி நீரை எடுத்துச் சுற்றி இவனது பாதங்களுக்கு வலதும் இடதுமாகக் கொட்டி அம்மைக்கு விடை கொடுத்து அனுப்பிப் பேரனை வீட்டுக்குள்ளே அழைத்துக்கொண்டு வந்தாள்.

வாசல் படி ஏறியதும் வடகம் தாளித்த மணத்தைக் கரண்டியில் கொண்டுவந்து இவன் முகத்துக்கு நேராகப் பிடித்தார்கள். அம்மன் வீட்டில் இருக்கும்போது சுர்ர் என்கிற தோசைச் சத்தமோ சர்ர் என்கிற தாளிதச் சத்தமோ கேட்கக் கூடாதாம்.

இப்போது தாளித மணத்தை வெங்கடேசு மூச்சு முட்ட இழுத்தான். 'போதுண்டா, போதுண்டா' என்று சொல்லிச் சிரித்தாள் பாட்டி.

இதுக்காக என்றே இதுவரை தெருவில் காத்துக் கொண்டிருந்த ஊர்ப்பிள்ளைகளை வீட்டுக்குள் அழைத்தார்கள். அவர்களோடு வெங்கடேசுவின் அப்பாவும், அசோக், செந்திவேல் முதலியவர்களும் வந்தார்கள். வெங்கடேசுவின் அப்பா கந்தல் துணி உடுத்திக்கொண்டு ஒரு பாத்திரத்தை ஏந்திக்கொண்டு வந்தார்! அதில் ஏழு வீடுகளில் வாங்கிய 'பிச்சை' நிறைந்திருந்தது. பிள்ளைகள் அவரைக் கேலி செய்துகொண்டும் சிரித்துக்கொண்டும் வீட்டுக்குள்ளே வந்தார்கள்.

வெங்கடேசுவின் அப்பா எல்லோருக்கும் துள்ளுமாவும், பானக்கரம், நீர்மோர் முதலியவைகளைக் கொடுத்து உபசரித்தார்.

தன்னுடைய பிரியமுள்ள தோழர்களான அசோக், செந்திவேலைப் பார்த்ததும் வெங்கடேசுக்குக் குஷி வந்துவிட்டது. அவர்களை வீட்டுக்குப் பின்னாலுள்ள பனை ஓலைக் குடிசைக்குக் கூட்டிக்கொண்டு போனான். இவர்கள் வீட்டு நாய் 'சிவப்பி' இவர்களைக் கண்டதும், சங்கிலி அந்துபோகும்படி பாய்ந்து பாய்ந்து வாலை ஆட்டிக்கொண்டே குலைத்தது. அதுக்குத் தன் சின்ன எஜமானனை ரொம்ப நாள் கழித்துப் பார்த்ததில் சந்தோஷம்தான் என்றாலும்கூட இரண்டு வேற்று நபர்கள் இருக்கிறார்களே; அவர்களை எப்படி இவன் தன்னைக் கேட்காமல் வீட்டுக்குள்ளே அனுமதிக்கலாம்!

வெங்கடேசு சிவப்பியைச் சாந்தப்படுத்தினான் "சேடு; சேடு" என்று சொல்லி. அது ஒரு கம்பீரமான அழகு கொண்ட சிப்பிப் பாறை ஜாதி நாய். நெருப்புப்போல் சிவந்த நிறம் கொண்டது. குரல் எடுத்துக் குரைத்தால் திக்குகள் எதிரொலிக்கும்.

அசோக் சிவப்பியையே பார்த்துக்கொண்டிருந்தான். பல் தேய்க்காமலேயே எப்படி அதனுடைய பற்கள் இவ்வளவு வெண்மையாக இருக்கிறது என்று மனசுக்குள் வியந்தான்.

குடிசைக்குள் மூவரும் போய் உட்கார்ந்துகொண்டு விஷயங்களை 'விட்டுப்போன இடத்திலிருந்து' பேச ஆரம்பித்தார்கள்.

செந்திவேல் தனது நண்பனை வெறுங்கையோடு எப்படிப் பார்க்க வருகிறது என்று நினைத்தானோ என்னவோ, தனது மடிக்குள் கையை விட்டுக் கோலிக்காய் அளவுள்ள ஒரு கோழி முட்டையை எடுத்து வெங்கடேசின் கையில் வைத்து மூடினான். அசோக் "அது என்னது; என்னது" என்று ஆவலோடு கேட்டான்.

"கையைத் திறக்காதே மூடிக்கோ; மூடிவச்ச முத்து மூணு லோகம் பெறும்!" என்று ஆர்ப்பாட்டமாகச் சொன்னான் செந்திவேல்.

கொஞ்ச நேரம் கிராக்கி செய்துவிட்டுப் பிறகு கையை விரித்துக் காட்டினான் வெங்கடேசு. அந்தக் குடிசைக்குள் ஒரு சின்னக் கலகலப்பு உண்டானது.

அசோக்குக்கு இது கோழி முட்டைதானா என்று ஒரு சந்தேகம்.

"கோழி முட்டையேதான். இதுக்குக் 'கல் முட்டை'ண்ணு பேர். எப்பவாவது அபூர்வமா கோழிகள் இப்பிடி ஒரு முட்டையை வைக்கும்" என்றான் வெங்கடேசு.

தான் ஒரு நாள் கோவில்பட்டி போய்வந்த 'வயணத்தை' அசோக் விவரித்தான்.

அன்றைக்குச் சந்தை நாள்.

ஒருத்தன் தேள்க் கடி மருந்து விற்றுக்கொண் டிருந்தானாம். அவனைச் சுற்றி வட்டமாகக் கூட்டம். அசோக்கும் முண்டியடித்துக்கொண்டு நுழைந்து போய்ப் பார்த்தானாம். ரொம்ப ஆச்சர்யம்; அப்படி அவ்வளவு பெரிய்ய ஒரு தேளை அவன் பார்த்ததே இல்லையாம், கேள்விப்பட்டதுமில்லையாம்.

“சொன்னா நம்பமாட்டெ அம்புட்டுப் பெரிசு! முக்கால் முழ நீளம். உள்ளங்கை அளவு அகலம் கனம்; விரல்கள் மாதரிக் கால்கள். பெருவிரல் தண்டி பாசி பாசியாய் நீளமான கொடுக்கு. தேன் நிறத்தில் இருந்தது. எப்பா! இப்பொ நெனைச்சாலும் புல்லரிக்கு உடம்பு.”

செந்திவேல் சொன்னான், “அதுக்குப் பேரு தேளு இல்லை; எங்க தாத்தா சொல்லியிருக்கார், நட்டுவக்காலிண்ணு பேராம். தேளு சுண்டெலிண்ணா நட்டுவக்காலி பெரிச்சாளிம்பாரு!”

“நட்டுவக்காலி முட்டை வைக்குமா; குட்டி போடுமா?” என்று கேட்டான் வெங்கடேசு.

இதுக்கு விடை தெரியலை யார்க்கும்.

அசோக் சொன்னான். தான் ஒரு நாள் காட்டில் குப்பை சிதறும் இடத்தில் ஒரு பெரிய தேளைப் பார்த்ததாகவும் பொடீப் பொடீத் தேள்க் குட்டிகளாகக் கணக்கில்லாமல் அந்தத் தேளின்மேல் அப்பிக்கொண்டிருந்ததாகவும் சொன்னான். தானும் ஒருக்கா அந்த மாதரிப் பார்த்திருப்ப தாக வெங்கடேசும் சொன்னான்.

அசோக் சொன்னதுக்குப் பதிலாகத் தானும் ஏதாவது சொல்ல வேண்டும் என்று நினைத்தான் செந்திவேல்.

செத்துப்போன மயில்களை நரிக்குறவர் உயிருள்ளது மாதரியே பாடம் பண்ணி கூட்டம் கூட்டமாய் நிறுத்தி வைத்திருந்ததை, கோவில்பட்டியில் ஒருநாள் பார்த்ததாகச் சொன்னான்.

மயில்கள் கூட்டங் கூட்டமாக நிற்பதைப் பார்க்கவே அழகாக இருக்கும். வெங்கடேசு இரண்டு மயில் முட்டைகளை, தூரத்திலுள்ள தங்கள் சொந்தக்காரர்களின் ஊருக்குப் போய்ச் சிரமப்பட்டுத் தேடி எடுத்துக்கொண்டு வந்தான்.

அதை அவர்கள் வீட்டுக் கோழி, அடைக்கு உட்காரும் நேரத்தில் குஞ்சு பொரிப்பதற்கு ஏற்பாடு செய்தான். அம்மா உட்பட வீட்டிலுள்ளவர்கள் அத்தனை பேரும் சேர்ந்து தடுத்துவிட்டார்கள். 'ஐயோ அது எவ்வளவு அழகாய் இருக்கும் அந்த மயில் குஞ்சுகள்.'

"பெரியவனே, வீம்பு செய்யாதே; சொன்னாக் கேக்கணும்; அதுதான் நல்ல பிள்ளை. மயில்கள் பலுகிவிட்டால் சம்சாரிகளுக்கு நட்டம். அதுகளின் அழிச்சாட்டியத்தைத் தாங்க முடியாது. மிளகாய்ச் செடிகளில் ஒரு மிளகாய்ப்பழத்தைப் பார்க்க முடியாது. கம்மங்கதிர்கள் பால் கூட்டியவுடன் கூட்டங் கூட்டமாய் வந்து மேய்ந்து தின்றுவிடும்" என்றாள் பாட்டி.

ரொம்ப ஏமாற்றமாய்ப் போய்விட்டது வெங்கடேசுக்கு.

தான் எது செய்தாலும் எல்லோரும் சேர்ந்து எதிர்த்துத் தடுத்து விடுகிறார்களே என நினைத்தான் அந்தப் பாலகன்.

பெரியவன் ஆனதும் ஒரு தனி மயில் பண்ணை வைக்கணும் என்று தீர்மானித்துக்கொண்டான்!

இப்படி இவர்கள் சுவாரஸ்யமாகப் பேசிக்கொண் டிருக்கும் போது வெங்கடேசுவின் குட்டித் தங்கையும் தனது சிறிய தாயாரின் மகளுமான திக்கம்மா அவனைக் கூப்பிட வந்தாள்.

"வெங்கண்ணா ஒன்னை எங்கேயெல்லாந் தேடுறது; பாட்டி சாப்பிடக் கூப்பிடுறா."

வெங்கடேசு வெடுக்கென்று பதில் சொன்னான், "போ; வாரேன்."

திக்கம்மா அவனுக்கு 'வே வே' என்று வலிப்புக் காட்டிவிட்டு ஓடினாள்.

அவர்கள் சிரித்தார்கள்.

14

அசோக் மாதரி வெளியூர் போய் அங்கேயே தங்கிப் படிக்க வெங்கடேசு தன் தகப்பனாரிடம் விருப்பம் தெரிவித்தான். அவரும் அதுக்குச் சந்தோசமாய் இணங்கினார்.

இந்த வீட்டை விட்டு இந்த ஊரையும் பிரிந்துபோய் இருப்பது வெங்கடேசுக்குச் சங்கடம்தான். ஆனாலும் எத்தனை நாட்கள்தான் இப்படி ஊரைச் சுற்றிச் சுற்றி வந்துகொண்டிருக்க முடியும். இந்த ஊர் கிளிகளுக்கும் காட்டுப் புறாக்களுக்கும் இனிச் சந்தோசம்தான்!

உடம்பில் பச்சை அரும்பாத, தலை மழிக்கப்பட்ட மனுசக் குழந்தைகள்போல் மளுமளு என்றிருக்கும் கிளிக்குஞ்சுகள் இனிமேல் கூடுகளில் ரொம்பப் பத்திரமாக இருக்கும்.

வாயில் கவ்விய இரையுடன் கூடு திரும்பும் தாய்ப் புறாக்கள், அண்டியுடன் பறக்காட்டாத குஞ்சுகள் பந்தோபஸ்தாக இருப்பதைப் பார்த்து வெங்கடேசுக்கு மகிழ்ச்சியுடன் நன்றி சொல்லிக்கொள்ளும்.

தங்கப் பச்சை நிறத்திலுள்ள அழகான பொன் வண்டுகள் நிம்மதியாய்த் தம் இனத்துடன் கூடி வாழ்ந்து முட்டையிட்டுக் குஞ்சு பொரித்துப் பலுகும்.

தைலான் பறவைகள் தெருக்களில் பயமின்றி தாழப் பறந்து ஈ கொசுக்களைப் பிடித்துத் தின்னும்.

குங்குமத் தட்டான்கள் இனிமேல் தட்டை நுனியில் உட்கார்ந்து பறந்த அலுப்பைத் தீர்த்துக்கொள்ளலாம்.

தும்பைப் பூக்களில் வண்ணாத்திப் பூச்சிகள் நிம்மதியாய் அமர்ந்து தேன் குடித்து மகிழலாம்.

ஆனால் வெங்கடேசுவின் பிரிவால் துக்கப்படும் ஜீவராசிகளும் உண்டு.

தனது பிரியமுள்ள தனது சின்ன எஜமானனைக் காணாமல் ஆகாயத்தை நோக்கி தன் மூஞ்சியைத் தூக்கிக் கொண்டு 'சிவப்பி' ஊ... என்று ஊளையிட்டு அழும்.

தின்பதற்குத் தனக்குக் குருவிகளையும் அணில்களை யும் ருசிமிக்க காட்டு வெள்ளெலிகளையும் கொண்டு வந்து கொடுக்கும் தன்னுடைய நாயனின் கால்களில் உடம்பை உராய்வதற்கு எங்கே காணோம் என்று வீட்டுப் பூனை மாடியின் மேலே ஏறி எங்காவது தட்டுப்படுகிறானா என்று சத்தம் கொடுத்துக்கொண்டே தேடும்.

செம்பரத்திப் பூவின் நிறம்கொண்ட பூக்கொண்டை யும் கொத்தமல்லிப் பூ மாதரி அணிகாதும் மின்னும் கருநீல நிறத்து உடம்பும் கம்பீரமாய் தலைதூக்கி அடியெடுத்து வைத்து வைத்து முட்டைக் கோழிகளைக் கட்டி மேய்க்கும் சேவல் ராஜா, தனக்கு நித்தமும் மரப்பல்லிகளையும் கௌளிகளையும் கொண்டுவந்து விருந்து கொடுக்கும் மணியன் எங்கே என்று தயக்கத்துடன் தேடும்.

பால் பசுவின் செல்லக் கண்ணுக்குட்டி மணமுள்ள பிடி அறுகம் புல்லைக் காணோமே என்று ஏங்கும்.

கிராமத்துக்கு வரும் விருந்தாளிப் பறவைகள் தங்களைப் பார்த்துப் பார்த்து மகிழும் இந்தச் சின்னப் பையன் எங்கே எங்கே என்று அதுகளுக்குள் கேட்டுக்கொள்ளும்.

வரும் வரத்தை எதிர்பார்த்துச் சேகரித்த கதைகளோடு ஊரில் காத்துக்கொண்டிருப்பான் நண்பன்.

கி. ராஜநாராயணன்

கால்மேல் கால் போட்டுக்கொண்டு வரகு வைக்கோல் போரில் சாய்ந்துகொண்டிருந்த வெங்கடேசுக்குப் பக்கத்தில் மெள்ள ஒரு ஆண் குருவி வந்து நோட்டம் பார்த்தது. அதன் கழுத்தடியில் உள்ள இருண்ட கருப்பு நிறத்தைப் பார்த்தான்.

‘எல்லாரும் மையை கண்ணுக்கு வச்சிக்கிட்டா நீ கழுத்துக்கு வச்சிக்கிட்டயாக்கும்’ தனக்குள் பேசிக் கொண்டான். சந்தனக் கும்பாவை நீட்டினால் எடுத்துக் கழுத்தடியில் பூசிக்கொள்ளும் பெண்டுகளைப் பார்த்திருக்கிறான் வெங்கடேசு.

வேண்டுமென்றே இவன் தலையை வேகமாக முன்னுக்குச் சாய்த்ததும் பிறுட் என்று பறந்தோடியது குருவி.

ரொம்பச் சின்ன வயசில் இந்தக் குருவிகளைப் பிடிக்க இவனும் இவனையொத்த பிராயத்துக் குழந்தை களும் பல வித்தைகளைச் செய்து பார்த்திருக்கிறார்கள்! தெருவில் குவிந்து கிடக்கும் ஈர மணலில் பாதத்தை நுழைத்து, மேலே படிந்த ஈர மணலை ஒட்டுச் சில்லுகளால் தட்டித் தடவி ஜாக்கிரதையாகப் பாதத்தை உருவி எடுத்துவிட்டால் ஒரு ‘குருவிக் கூடு’ கிடைக்கும்! சத்தம் செய்யாமல் காலையில் வந்து பார்த்தால் குருவிவந்து உள்ளே அடைந்திருக்கும் என்று ஒரு நம்பிக்கை! அது பொய்யானவுடன், நிஜமான தூக்கணாங் குருவிக் கூட்டை, கீழே எங்காவது கிடந்து எடுத்துக்கொண்டு வந்து வீட்டின் முன்னால் கட்டித் தொங்கவிட்டுத் தினமும் காலையில் எழுந்திருந்ததும் முதல் காரியமாக, அதிநம்பிக்கையுடன் போய் மொள்ள எட்டிப் பார்த்துத் தினமும் ஏமாறுவது!

குருவிகள் தன்னை ‘அலைக்கழித்ததை’ நினைத்துக் குறும்பாகச் சிரித்துக்கொண்டான்.

15

வீட்டுக்குள்ளேயே நடமாடி வந்த வெங்கடேசு வெளியே வந்தான். தாராளமாக மற்றவர்களோடு இருக்க முடியவில்லை அவனால்.

தனது அம்மைத் தழும்புகள் விழுந்த முகத்தையும், நோயுற்றுக் கிடந்த காலத்தில் தேய்க்காததால் ஏற்பட்ட கறைப் பற்களையும் காட்டச் சங்கடமாய் இருந்தது. கூடுமானவரை மனித நடமாட்டமில்லாத இடங்களில் திரிந்தான்.

ஒரு நாள் ஊருக்குப் பக்கத்திலுள்ள தங்களுடைய தோட்டத்துக்குப் போனான். பம்ப்செட் ஓடிக்கொண்டிருந்தது. நீளமான வாய்க்காலில் தண்ணீர் போய்க்கொண் டிருந்தது. ஒரு நூறு மைனாக்கள் இருக்கும். ரொம்பக் குஷியாகச் சத்தம் போட்டுப் பேசிச் சிரித்துக்கொண்டே குளித்துக்கொண்டிருந்தன.

இந்தக் காட்சியைக் கொஞ்சத் தூரத்தில் இருந்துகொண்டே இவன் பார்த்துக்கொண் டிருந்தான்.

பறவைகளில் ஒழுங்காகக் குளிக்கிறது காகங்களும் மைனாக்களும்தான் என்று நினைத்தான். ஆனால் தினமும் அல்லது எப்போதும் என்று சொல்ல முடியாது.

மற்றப் பறவைகள் தண்ணீருக்குக் கிட்டெயே வராது!

கொக்கு முழங்கால்வரைக்கும் தண்ணீரில் நனைக்கும். அதுகூட ஒரு காலை மட்டும்!

மீன்கொத்தி மூக்கை மட்டிலும் நனைக்கும். வாத்து, தாராக்கோழி இதுகள்ளாம் தண்ணீரோடு சம்மந்தப்பட்டவையானாலும் சொட்டுத் தண்ணிகூட உடம்பில் ஒட்டாது. அப்புறம் தண்ணிக் கோழின்னு ஒண்ணு இருக்கே அது ரொம்ப ஜோரான பறவை. தண்ணிக்குள்ளேயே ரொம்பத் தூரம் முங்கு நீச்சுப் போட்டுக்கிட்டே போயி ஒரு இடத்திலே வந்து தலையை நீட்டும். தண்ணி மேலேயும் மிதந்து போகும். பறக்கவும் செய்யும்.

தண்ணிக் கோழியைப் பிடிக்கிற முறைபற்றி திருவேதி நாயக்கர் ஒருதரம் சொல்லியிருக்கார். நம்ம முகம் நுழையிற மாதரி வாய் அகலமுள்ள மண்பானையைத் தலையில் கவிழ்த்துக்கொண்டு கண்பார்வை தெரியும்படியாகப் பானையின் மத்தியில் ஒரு ஓட்டை போட்டுக்கொள்ளணும்). தண்ணீரில் நாம் போனால் பானை மட்டும் மிதந்து வருகிறதுபோலத்தான் இருக்கும்.

மிதப்பு நீச்சலிலிருக்கும் தண்ணிக்கோழிக்குக் கிட்டெ நெருங்கிப் போனாலும்கூட அதுக்குத் தெரியாது; அதைப் பிடிக்கிறது ரொம்ப லேசு.

நாம் கம்மாய்க் கரையில் நின்றுகொண்டு அது மிதக்கும் திசையில் கையை நீட்டினாலும் கவனித்து முங்கி மறைந்து கொள்ளும் அது, கிட்டே நெருங்கிவந்த ஆபத்தைக் கவனிக்காமல் இருப்பது ஆச்சரியந்தான். அபாயம் என்பது தூரத்திலிருந்துதான் வரும் என்று அதுக்கு நினைப்பு!

மைனாக்கள் சொகமாய்ப் புரண்டு புரண்டு குளித்துக் கொண்டிருந்தன. ஆத்து மணலில் சாண் உயரம் ஓடுகிற தண்ணியில் மனுசப் பயல் படுத்து உருண்டு புரண்டு எப்படிக் குளிப்பானோ அது மாதரி.

வாய்க்கால் விளிம்பில் ஆழமில்லாத இடத்தில் நின்று கொண்டு ஒரு இறக்கையை மட்டும் விரித்து அதே பக்கமாக ஒருச்சாய்ந்து வேகமாக இறக்கையை விசிறி விசிறி உடம்பு பூராவும் தண்ணீர் விழும்படி இறைத்துக் குளித்தது.

அவைகள் மிகவும் நெருக்கமாக நின்றுகொண்டு குளித்ததால் குழந்தைகள் ஒருவர்மேல் ஒருவர் இறைத்து, தண்ணீரில் குதியாளம் போடுவது போலிருந்தது, அவைகளின் ஆனந்தக் கூச்சலும் தண்ணீர்த் தெறிப்பும் சலசலவென்ற பேச்சும்.

மற்றப் பறவைகளைக் காட்டிலும் மைனாக்களிடம் பேச்சுச் சொற்கள் அதிகம்.

கோழிகளிடம் மொத்தமே ஏழு எட்டுச் சொற்கள்தான் உண்டு. மேலே பருந்து பறக்கிறபோது கோழி தன் குஞ்சுகளுக்கும் சேவல் தன் இனத்துக்கும் கொடுக்கும் "கூவ்..." என்கிற அபாய அறிவிப்புச் சொல். குஞ்சுகள் எல்லாம் உடனே ஓடி ஒளிந்துகொள்ளும்!

அபாயம் நீங்கியவுடன், வரலாம் என்று சொல்ல "கொக் கொக் கொக்" என்று அழைக்கும். தானிய மணிகளை மூக்கினால் தட்டிக் காட்டி, இப்படி உண்ணுங்கள் என்று சொல்ல அதே கொக் கொக்கை வேகமாகச் சொல்லும்.

அமைதி கலைந்து மருளுகிறபோதும், அபாயம் தெளிவாகத் தெரியாதபோதும் "கொட் கொட் கொடோர் கொட்; கொட் கொட் கொடார் கொட்" என்று சொல்லிக்கொண்டே இருக்கும். சேவல்தான் இதில் முதல்!

அமைதி ஏற்பட்டவுடன் "கீய்...ர்ர்" என்று சொல்லும், உடனே அதன் கூட்டம் பூராவும் சொல்லிவச்சது மாதரி மௌனமாகி அதனதன் பாட்டைக் கவனிக்க ஆரம்பித்துவிடும். இது சத்தக் குழல்காரன் மேளத்தை நிறுத்தக் கடேசியில் ஒரு குரல் கொடுப்பானே அது மாதரி இருக்கும்! முட்டைக் கோழி ஒரு ராகம் பாடும்!

கி. ராஜநாராயணன்

முட்டை நெருக்கினாலோ அல்லது முட்டை வரும்போல் தோன்றினாலோ இந்த ராகத்தைப் பலக்க ஆரம்பித்துவிடும். இதைக் கேட்டவுடனேயே வீட்டுக்காரனுக்கு முகத்தில் சந்தோஷம் பொங்கிவிடும்.

முட்டையிட இடம் பார்த்துக் கொடுக்கும்போது சேவல் ஒரு தொடர்ந்த ஒலி கொடுக்கும். தாய்க் கோழியின் இறக்கைக் கதகதப்புக்குள் நிம்மதிகொள்ள ஆரம்பிக்கும்போது குஞ்சுகள் ஒரு இன்ப முனகல் சத்தம் கொடுக்கும்.

இது எல்லாம் போக பிரசித்திபெற்ற "கொக்ரக்கோவ்" இருக்கவே இருக்கிறது.

ஆனால் மைனாக்களோ கணக்கில்லாத சொற்களை வைத்துக்கொண்டிருக்கின்றன.

16

இனத்தோடு இருக்கிறபோதுதான் மைனா அதன் சொந்தப் பாஷையில் மொழியும் மனிதனோடு சேர்ந்து கொண்டுவிட்டால் விநோதமாக மனித ஒலிகளையெல்லாம் எழுப்பிக் காட்டும்.

ஆனால் கிளி மாதரி மைனாவைச் சுலபமாக வளர்த்துவிட முடியாது.

கிளிக்குஞ்சுக்கு மூணு தத்துதான்; மைனாக் குஞ்சுவுக்கு ஏழு தத்துகள் உண்டு. இந்த ஏழு தத்துகளும் கடருவதற்குள் அனேகமாக மைனாக் குஞ்சு – சாமி இருக்கும் இடத்துக்கு – சொக்கத்துக்குப் போய்விடும்.

மோகனதாஸின் பெரியக்கா ஒரு மைனாக் குஞ்சு வேணுமென்று ரொம்ப நாளாய்க் கேட்டுக்கொண்டே இருந்தாள். ஒருநாள் வெங்கடேசு கரை மரத்தடியில் பிள்ளைகளோடு தவிட்டுக் குச்சி விளையாடிக் கொண்டிருந்தான். மேலே ஒரு தாய் மைனா தன் குஞ்சைப் பறக்காட்டிக்கொண்டிருக்கும் போது எப்படியோ தவறிக் கீழே விழுந்து விட்டது. விழுந்த குஞ்சின் திகைப்பு நீங்கு வதற்குள் வெங்கடேசு அதைக் கைப்பற்றி விட்டான். பிள்ளைகளுக்கு ஒரே கோலாகலம். தாய் மைனா மேலே பறந்துகொண்டே "பாவியோ; எங் குழந்தையை விட்டுருங்கோ

விட்டுருங்கோ” என்று சொல்வதுபோல அதன் மொழியில் கத்திக் கத்திப் பார்த்தது.

பறக்காட்டும் பருவத்தில் குஞ்சு கிடைக்கிறது அபூர்வம். வெங்கடேசு ஒரே ஓட்டமாய் மங்கக்காவிடம் கொண்டு ஓடினான். கத்தரிப்பானால் பக்குவமாக இறக்கைகளை – பறந்து போய்விடாமல் இருக்க – வெட்டிக் கொடுத்தான். மங்கக்காவுக்குச் சந்தோஷம். ஆனால் அவளுடைய பாட்டிக்கு இது பிடிக்கலை. “குஞ்சைன் கொண்டுபோயி அதன் அம்மாட்டெ விட்டிரு. அடுத்த ஜென்மத்திலெ நீ மைனாக் குஞ்சாய்ப் பிறப்பாய். அது ஒன்னை ஒன் அம்மாட்டெ இருந்து பிரிச்சிகொண்டு வந்து சீரழிக்கும்” என்றாள்.

“பெரியம்மா, இதை நா சீரழிக்கக் கொண்டு வரலை. அருமையா வச்சி வளக்கக் கொண்டுவந்திருக்கேன்”, என்றான். “என்னதான் அருமை பாராட்டி வளத்தாலும் அதோட தாயிட்டெ வளந்த மாதரி இருக்குமா அதுக்கு?” என்று கேட்டாள் பாட்டி. பாட்டி சொல்றது சரி என்று அப்போது படவில்லை. இப்படி எத்தனையோ குஞ்சுகளைத் தாயிடமிருந்து பிரித்ததனால்தான் இப்பொ, தானும் தாயிடமிருந்து பிரிந்து தவிக்கிறோமோ என்று நினைத்தான்.

அப்புறம் அந்த மைனாக் குஞ்சு எல்லாத் தத்துகளுக்கும் தப்பிப் பிழைத்து அழகான மைனாவாக வளர்ந்து பெரிசானது. கிளி மாதரி அவைகள் கீச்சுக் குரலில் மட்டும் பேசுவதில்லை. எத்தனையோ விதமாக மாற்றுக் குரல்கள் கொடுத்துப் பேசியது. மோகனதாஸின் கனமான குரலைப் போலவே “மங்கக்கா... ஓ மங்கக்கா ஈடகு ராமே” என்று அழைக்கும் அவளை.

இவனைப் பார்த்ததும் “வெங்கண்ணா எப்புடு ஒத்திவி!” என்று கேட்கும்.

வளர்ப்பு மைனாக்கள் பெரும்பாலும் ஆட்கள் இல்லாதபோது தான் பேசிப் பிரமிக்க வைக்கும்.

திடீரென்று நாலைந்து குழந்தைகள் சேர்ந்து சிரித்துக் கும்மாளமிடுவதுபோல் சத்தங் கேட்டுப் போய் எட்டிப் பார்த்தால் யாரும் இருக்க மாட்டார்கள். அப்படிக் குரல் கொடுத்தது இந்த மைனாதான் என்று பிறகுதான் தெரியவரும்.

மேக்காட்டிலிருந்து பக்கரையில் சாமான்களைப் போட்டுச் சுமந்துகொண்டு வந்து விற்கும் ஒரு தெருக்குரல் வியாபாரி, வழக்கமாக இந்தக் கிராமத்துக்கு வருவான். அவனிடமிருந்துதான் இவர்கள் தேங்காய் வாங்குவார்கள்.

ஒருநாள் தெருவில் அவனுடைய குரல் கேட்டது. "கருவாடு ஈராங்காயம் தேங்காயீ..." அவன் போயிறக் கூடாதே என்று மங்கக்கா வேகமாய்த் தெருவைப் பார்த்து "ஏ தேங்காயீ தேங்காயீ" என்று கூப்பிட்டுக் கொண்டே ஓடினாள். போய்ப் பார்த்தால் வியாபாரியைக் காணோம். திரும்பி வீட்டுக்குள் அவள் வந்ததுமே "கருவாடு ஈராங்காயம் தேங்காயீ..." என்று அவனுடைய குரல் கேட்டது. திரும்பவும் போய்ப் பார்த்தாள். காணலை. தெரு வாசலில் மைனாதான் உட்கார்ந்துகொண்டிருந்தது. 'ஓஹோ இவாள் வேலைதானா இது!' என்று சிரித்துக் கொண்டே வந்தாள்.

அப்படி அருமையாகப் பேசிப் பழகிவந்த மைனாவும் செத்துப்போச்சி. அந்தமான் நாயக்கர் வீட்டு நாய் அதைப் பிடித்துக் குதறிவிட்டது. அதன் அபாயக் குரல் கேட்டு மங்கக்காவும் எல்லோரும் ஓடிவந்து சத்தம் போட்டு அதன் வாயிலிருந்து மைனாவைப் பறித்தார்கள். என்ன வைத்தியம் செய்தும் மைனா பிழைக்கவில்லை. மங்கக்கா அப்படி அழுது அவன் பார்த்ததில்லை. பாவம்; அவளுக்குப் பிள்ளைகள் கிடையாது. அவள் குழந்தை யாக இருக்கும்போதே ஒரு தாத்தாவுக்கு அவளைக் கலியாணம் செய்து வைத்துவிட்டார்களாம். அந்தத் தாத்தாவும் எப்பவோ செத்துப் போயிட்டாராம்.

கி. ராஜநாராயணன்

அந்த நாயை மங்கக்கா அப்படிச் சபித்தாள்; திட்டினாள். அப்படி ஒரு நாயை வைத்துக்கொண்டிருப்பதற்காக அந்தமான் நாயக்கரோடு யாரும் சண்டைக்குப் போக முடியாது. அவர் போலீஸ்காரனையே மூக்கை அரிவாளால் செதுக்கியவர்.

ஒரு கொலைசெய்த அவரைப் போலீஸ்காரன் பிடிக்க வந்தானாம். இவர் போய் ஒரு குலுக்கைக்குள்ளே ஒளிந்துகொண்டிருந்தாராம். போலீஸ்காரன் வீட்டுக்குள்ளே எல்லாம் தேடிப் பார்த்துவிட்டுக் குலுக்கைக்குள்ளே போய் எட்டிப் பார்த்தானாம். உள்ளே இருந்த அந்தமான் நாயக்கர் வீச்சரிவாளை எடுத்து வீசினாராம். நல்லவேளை, போலீஸ்காரன் வேகமாக முகத்தைப் பின்வாங்கிக்கொண்டான். முகத்துக்கு வந்தது மூக்கோடு போச்சு. பிறகு அவரைப் பிடித்து அந்தமானுக்கு அனுப்பிவிட்டார்களாம். எவ்வளவோ வருஷங்கள் அவர் அங்கேயே இருந்து வாழைத் தோட்டங்களில் வெள்ளைக்காரனுக்கு அடிமை வேலை செய்தாராம்.

அந்தமான் 'தண்ணி'க்கு அங்கிட்டு ரொம்ப தூரத்திலெ இருக்காம். இங்கே இருந்து யாரும் இங்கே முடியாதாம்; அங்கிருந்து யாரும் வர முடியாதாம். அப்பொ ஜப்பான்காரன் வந்து அந்தத் தீவுலெ குண்டு போட்டானாம். இவர் நாலைஞ்சி பெரிய்ய வாழை மரங்களை வெட்டி ஒரு தெப்பம் செஞ்சி மிதக்கவிட்டு எத்தனையோ நாள் அன்ன ஆகாரம் இல்லாமல் தூக்கம் இல்லாமல் அந்தத் தெப்பத்திலேயே மிதந்து வந்துசேர்ந்துட்டாராம்! அப்படிப்பட்டவரோடு யாராலெ சண்டைக்குப் போக முடியும்?

வெங்கடேசு சொன்னான் "மங்கக்கா அளுகாதே உனக்கு நா வேறெ நாணாந்தான்* குஞ்சு கொண்டாந்து தாரேன்."

---

* மைனா.

ஆனால் மங்கக்கா அதுக்கப்புறம் வேறு மைனாக் குஞ்சு கொண்டு வந்தும் வேண்டாம் என்று சொல்லிவிட்டாள்.

மைனாக்கள் குளிச்சு முடித்து வெயிலில் காய்ந்து கொண்டே சிக்கெடுத்துக்கொண்டிருந்தன.

பாட்டி சொல்லியிருக்கா, "மனுசாள்க்கள்ளெ யாராச்சும் செத்துப்போய்ட்டா கொண்டுபோயி அடக்கம் பண்ணீட்டு வந்து குளத்தங்கரையிலெ கூட்டமாக் குளிக்கிற மாதரி காக்காய்களும் அதுகளுக்குள்ளே ஆராச்சும் செத்துட்டா இப்படிக் குளிச்சு தீட்டுப் போக்கிடுமாம்."

'ஆனா இந்த மைனாக்கள் வீடுகளிலெ துக்கம் மாதரித் தெரியலை. ஏதோ கலியாணம் போலிருக்கு!'

மைனாக்கள் மஞ்சள் தேய்த்துக் குளிக்கும்ண்ணு ஒருதரம் செந்திவேலு சொல்லியிருக்கான். அது நெஜம்ண்ணு தோணலை.

17

இன்னும் ஒரு வாரத்தில் அசோக் படிப்பதற்காக, பாளையங்கோட்டைக்குப் போகப் போகிறான். 'அந்த ஊர்லெ நிறைய்யப் பள்ளிக்கூடமா இருக்காம். எங்கெ திரும்பினாலும் பள்ளிக்கூடந்தானாம். காட்டிலெ செடிமரம்ன்னு அடர்ந்து தெரியிராப்லெ பாக்கிற இடமெல்லாம் பள்ளியா இருக்கிறதனாலெ அந்த பாளேங்கோட்டெ ஊருக்கு 'பள்ளிக்காடு'ன்னு ஒரு பேரு உண்டுமாம்!'

போகிறதுக்கு முன்னால் திருவேதி நாயக்கரைப் பார்த்துப் பேசிவிட்டுப் போகணும் என்று நினைத்துத் தெக்குக் கரைக்குப் போனான். அங்கே அவரைக் காணோம். காத்திருந்தால் கொஞ்ச நேரத்தில் அவரைப் பார்க்கலாம். எப்படியும் அவர் அங்கே வந்தே ஆகணும்.

கரை மரங்களின் வேர்கள் காலைத் தடுக்கிவிடாமல் கீழே கவனமாகப் பார்த்து நடந்தான்.

புதுசாக வரத்துப் பறவைகள் ஏதாவது வந்திருக்கிறதா என்றும் மத்தியில் அண்ணாந்து பார்த்துக்கொண்டான்.

மரங்கொத்திப் பறவை தாளம் தவறாமல் கருங்கல்லில் உளியாடுவதுபோல், ரேடியோவில்

இங்கிலீஷ் செய்தி வருவதுக்கு முன்னால் ஒரு சத்தம் கேட்குமே குக், குக், குக் என்று அந்த மாதரிச் சத்தம் கொடுத்துக்கொண்டே இருந்தது ஓயாமல். ஊமைப் புறா ஒன்று தன் பேடையிடம் “ஊவ்; ஊவ்” என்று சொல்லிக்கொண்டே இருந்தது.

இந்தச் சனியனுக்கு இந்த ஒரு வார்த்தைக்குமேல் தெரியாது என்று வெங்கடேசு மனசுக்குள் சொல்லி சிரித்துக்கொண்டான்.

கடம்பை வண்டுகள் நவ்வா மரத்தை வழக்கம்போல் துளைகள் போட்டுக்கொண்டிருந்தன. ‘ஏந்தான் இப்படி இந்த மரத்தில் ஓட்டைபோடுகிறதோ; சீக்கிரமே இந்த மரத்தை இவைகள் ஓய்த்துவிடும். நிச்சயம்.’

அதோ திருவேதி நாயக்கர் வந்துகொண்டிருக்கிறார். கண்கள் மேலே பறவையாடிக்கொண்டே வருகிறது. கீழே பார்க்க வேண்டிய அவசியம் அவருக்கு இல்லை. அவருடைய கால்களுக்குக் கண் உண்டு!

ஒளிந்து இருந்துகொண்டு திடீரென்று அவருக்கு முன்னால் தோன்ற வேண்டும் என்று நினைத்து மரத்தின் மறைவில் ஒண்டினான். வேட்டைக் கண்களல்லவா. சிறு அசைவையும் கவனித்துவிடும். முகம் மேலே பார்த்துக்கொண்டே அருகே வந்ததும் அவருடைய கை தானாகவே இவன் பக்கம் நீண்டது. தூரத்தில் வரும்போதே நம்மைப் பார்த்துவிட்டார் போலிருக்கு என்று நினைத்துக்கொண்டான். இவருடைய புஜத்தைப் பற்றி வருடிக்கொண்டே பார்வையை மேலேயிருந்து இவன் பக்கம் திருப்பினார். இவனைப் பார்த்துக்கொண்டே இருந்தார். அவரது பார்வைப் பிடியிலிருந்து நழுவ வெங்கடேசு உடம்பை உழத்தினான்.

“பொன்னு. . .” என்று அழைத்தார்.

அந்த ஒரே கூப்பிடுதலில் –

பார்த்ததில் ஒரு சந்தோஷம்; இத்தனை நாள் பார்க்காததில் ஒரு ஏக்கம்; நோய் குணமானதா என்கிற விசாரிப்பு; அம்மா உன்னை விட்டூட்டுப் போய்ட்டாளா என்கிற சோகம்; அனைத்தும் இருந்தது.

மெலிந்த இவனுடைய புஜத்தைப் பற்றியவாறே மௌனமாக நடத்திக்கொண்டு போனார்.

அவர்கள் உட்கார்ந்து பேசுவதற்கென்றே ஆலமரம் தன் கனமான ஒரு கிளையைத் தரையை ஒட்டித் தாழ்த்திக் கம்மாய்த் தண்ணீரை நோக்கி வீசி இருக்கிறது. மேல்த்துண்டை நாலாக மடித்துப் போட்டு அதில் ஒரு காலை மடக்கி உட்கார்ந்து மறுகாலை தரையில் ஊன்றிக் கொண்டார். அவருக்குப் பக்கத்தில் இவன் உட்கார்ந்து இரண்டு கால்களையும் தொங்கப் போட்டுக்கொண்டான்.

“மாமா நாம் படிக்கப்போறேன் வெளியூருக்கு.”

“சரி பொன்னு” என்றார் அவர்.

எந்தக் குழந்தையையும் – ஆணானாலும் சரி பெண்ணானாலும் சரி – பொன்னு என்றே அவர் கூப்பிடுகிறது வழக்கம். நான் படிக்கவே போகலை இங்கேயேதான் இருக்கப் போகிறேன் என்று வெங்கடேசு சொல்லியிருந்தால், ‘சரி பொன்னு; படிச்சி என்ன மண்டகப்படி கணக்கு எழுதப்போறமா’ என்று சொல்லி இருப்பார்! இதிலெல்லாம் அக்கறை கிடையாது அவருக்கு. எந்தக் குழந்தையின் மனசும் நோகக் கூடாது; தடுத்தும் பேச மாட்டார்.

நவ்வாப்பழக் காலத்தில் பிள்ளைகள் மரத்தில் ஏறும்போது பார்த்துவிட்டால் “ஏய் இது முருங்கை மரம்டா; கொஞ்சம் தள்ளிப்போனா கிளையோட நீயும் விழுந்துறப்போறே” என்று மட்டுந்தான் சொல்லுவார். அவருடைய மீசைக்கும் திரட்டு முழிக்கும் பயந்து பிள்ளைக்ள் இறங்கினால்தான் உண்டு.

கம்மாயின் தண்ணீரிலிருந்து வெதுவெதுப்பான காற்று கவிச்சு வாடையுடன் வீசியது. கம்மாய்த் தண்ணீரிலிருந்து இந்த வாடை வந்தால் மழை வரப்போகிறது என்று திருவேதி நாயக்கர் சொல்லுவார்.

மழைபற்றி எத்தனையோ நம்பிக்கைகள். ஒரு மழை இல்லாத வருஷத்தில், கம்மாய்க்கரைப் பிள்ளையார்மீது மிளகாய் வத்தலை அரைத்துப் பூசினார்கள். அதைப் பார்க்கப் பிள்ளைகள் கூட்டம்; ஒரே குஷி! அந்தப் பிள்ளையார்மேல் ஏற்கெனவே வெயில் கொளுத்துகிறது. இப்பொழுது இது வேறே. பிள்ளையார் தன் அம்மாவிடம் – பார்வதிதேவியிடம் போய், காந்துதே அய்யோ காந்துதே என்று கூப்பாடு போட்டு அழுவாராம். உடனே பார்வதிதேவி பிள்ளையின் நிலையை எடுத்துச் சொல்லிப் பரமசிவரிடம் மழை பெய்ய ஏற்பாடு செய்து விடுவாளாம். மழை பெய்து பிள்ளையாரைக் குளுப்பாட்டி, அரைத்துப் பூசிய மிளகாய் விழுதின் தப்பளத்தைக் கரைத்து, பிள்ளையாரைக் குளிர வைத்து விடுமாம். மழையை வரவழைக்க ஒரு தந்திரம்.

வெங்கடேசின் முகத்திலும் உடம்பிலும், கல்லில் உளியாடிய மாதரியான பள்ளங்கள் விழுந்திருப்பதையே திருவேதி நாயக்கர் பார்த்துக்கொண்டிருந்தார். இவனோ அவரிடம் எதையெதையோ பற்றி ஆர்வமுடன் பேசிக் கொண்டிருந்தான். தான் வளர்த்த வெள்ளை முயல் எப்படி வீட்டையெல்லாம் கண்ட இடத்தில் குழி பறித்து 'நாசக்கோட்டை'யாக்கியது என்பதையும், தங்கள் வீட்டுப் பூனை நாலு குட்டி போட்டது என்றும் போட்டவுடனேயே ஒரு குட்டியை அதுவே தின்றுவிட்டது என்றும் சொன்னான். சிரித்துக்கொண்டே கேட்டுக்கொண்டிருந்த திருவேதி நாயக்கர் "உங்க வீட்டுப் பூனை மட்டுமென்ன எல்லா வீட்டுப் பூனையும் தான் அப்படி" என்றார்.

"என்ன அநியாயம் மாமா; அதோட குட்டியவே அது திங்கிறதுங்கிறது."

“அநியாயம் இல்லெ பொன்னூ; அதுதான் – அப்படி நடக்கிறதுதான் ஞாயம்!”

இவனால் அந்த ‘ஞாயத்தை’ ஏற்றுக்கொள்ள முடியவில்லை.

மழைக் காலத்தில், உறைந்த ரத்தத் துளிகளைப் போல, ஊர்ந்து திரியும் பட்டு வண்டுகளைப் பற்றி பேச்சு வந்தது. (மோகனதாஸ் அதற்கு ‘இந்திர கோபம்’ என்று பெயர் உண்டு என்று சொல்லியிருக்கிறான்.) அசோக் சொன்னதின் பேரில் அவைகளைப் பிடித்து ஒரு பாட்டிலில் போட்டு வைத்திருக்கிறானாம். இப்போது அந்தப் பாட்டிலுக்குள் வெறும் தூள்கள்தான் இருக்காம். ஒரு தொட்டியில் மண் கொண்டுவந்து அதில் இந்தத் தூள்களைத் தூவி மழை நீரை ஊற்றிவந்தால் அதே மாதரிச் செம்பட்டு வண்டுகள் நிறைய்யக் கிடைக்குமாம். “அந்தப் பாட்டிலை போகும்போது கொண்டுபோகப் போறேன். அங்கெ போயி அது மாதரி செய்து பாக்கணும்” என்றான். “சரி பொன்னு அப்படியே செய்யி” என்றார்.

இப்படிப் பல விஷயங்கள் அவரிடம் பேசிவிட்டு, அவரிடம் சொல்லிக்கொண்டு புறப்பட்டான். புறப்படும்போது அவனிடம், “படிக்கிற புள்ளை படிக்கிறதிலெதான் கவனமாக இருக்கணும்” என்று சொன்னார்.

18

வெங்கடேசுக்குக் கொடுத்தனுப்ப, பாட்டியும் சிறிய தாயாரும் முந்திரிக் கொத்தும் சீடையும் செய்தார்கள். அப்பா கோவில்பட்டி போய் அவனுக்கு டிரங்குப் பெட்டியும், அதிகப்படி வேண்டிய உடைகளையும் தைத்து வாங்கிக்கொண்டு வந்தார். ஒரு போர்வை, ஜமுக்காளம், தலையணை உறை எல்லாம் புதுசு. தலையணைதான் பழசு; வீட்டிலுள்ளது. வெங்கடேசுக்குப் போர்வை ரொம்பவும் பிடித்துப் போய்விட்டது. போர்வை போர்த்திப் படுக்க வேண்டும் என்று ரொம்ப நாளாய் ஆசை. அப்பா அந்த இடத்தில் இல்லையென்றால் உடனே போர்வையைப் போர்த்திப் படுத்துப் பார்த்திருப்பான்!

"பெரியவனே, பேர் சொல்லாதவன் வந்திருக்கிறான் முடி வெட்டிக்கோ" என்று பாட்டி சத்தம் போட்டுச் சொன்னாள் தொழுவிலிருந்து. அப்பா அவனைக் கூப்பிடவிட்டிருக்கிறார் என்று தெரிகிறது. அவனிடம் வெட்டிக்கொள்வதை அங்கேயே போய் அசோக் மாதரி ஜம்மென்று பார்பர் ஷாப்பில் மெத்தை தைத்த நாக்காலியில் உட்கார்ந்து வெட்டிக்கொள்ளலாமே. இந்த அப்பா ஏன்தான் இப்படிச் செய்கிறாரோ என்று மனசுக்குள்ளேயே முனகிக்கொண்டே

போய்த் தரையில் அவன் எதிர்க்கே குத்துக்கால் வைத்து முதுகைக் காட்டிக்கொண்டு உட்கார்ந்து தொலைத்தான்!

அந்தக் கத்தரிப்பானுக்கு ரொம்பப் பசி போலிருக்கு; எதை மெல்லுவோம் என்று பற்களெல்லாம் தினவு எடுத்த மாதரி பாய்ந்து பாய்ந்து முடியை வெட்டிக் குவித்தது. சீப்பும் அதுக்கு அனுசரணையாக முடிக்குள் புகுந்து புகுந்து வளைந்துக்கொடுத்தது.

வெங்கடேசு எல்லாரிடமும் சொல்லிக்கொண்டான். மோகனதாஸ் இவனை ரொம்பவும் உத்ஸாகப்படுத்தி அனுப்பினான். பாட்டி இவனுடைய நாடியை விரல் களால் நீவி அந்த விரல்களின் நுனியை முத்தமிட்டாள். "நல்லாப் படிச்சி கெட்டிக்காரனாய் வரணும்" என்றாள். சிறிய தாயாரிடமும் குட்டித் தங்கையிடமும் மற்றவர்களிடமும் சொல்லிக்கொண்டான். லீவுக்கு வரும்போது அவளுக்கு ஒரு 'ஏரோப்ளேயம்' பொம்மை வாங்கிக்கொண்டு வருவதாகச் சொன்னான். திடீரென்று அவனுக்கு அழுகை வந்து முட்டியது. எதிரே அப்பா மட்டும் இல்லையென்றால். . .

அப்பாவும் அவன்கூட வருகிறார். ஆளுக்கொன்றாகச் சாமான்களை எடுத்துக்கொண்டனர்.

ஊருக்கு வெளியே ரயில்வே ஸ்டேஷன் போகும் வழியிலுள்ள பனங்கூட்டங்களுக்கு மத்தியில் செந்திவேல் காத்துக் கொண்டிருந்தான். அவன் வெங்கடேசையும் அசோக்கையும் வழியனுப்ப வந்திருந்தான்.

அந்தப் பனைக்கூட்டங்களின் உள்ளே இருந்து ஒரு பனை மரம் சாய்ந்து வெளியே வந்து எட்டிப் பார்த்துக்கொண்டிருந்தது!

பனைக்கூட்டத்தை நெருங்கியவுடன் இவர்களோடு அவனும் சேர்ந்துகொண்டான். இவன் கையில் இருந்த சிறிய சுமையைத் தன்னிடம் கொடுக்கும்படி செந்திவேல் கேட்டான். தன் நண்பனுடைய பிரயாணத்துக்கு ஏதாவது

ஒரு சின்ன உதவி யாவது செய்ய வேண்டும் என்று பட்டது போலும். வெங்கடேசு தயக்கத்தோடு அப்பாவின் முகத்தைப் பார்த்துக்கொண்டே அவனிடம் அதைத் தந்தான். அப்பா ஒன்றும் சொல்லவில்லை! அது இருவருக்கும் நிம்மதியாகச் சந்தோஷமாக இருந்தது.

வரப்போகிற ரயிலுக்கு டிரைவராக அந்தச் சட்டைக்காரர் வந்தால் எப்படி இருக்கும் என்று செந்திவேல் கேட்டான். “வந்தாலும் வரலாம் ஒருவேளை!” என்றான் அசோக். தங்களுக்குத் தெரிந்த ஒரு நண்பர் ஓட்டும் ரயிலில் பிரயாணம் செய்வது உற்சாகம் தருவதாக இருக்குமே என்று எண்ணினான் வெங்கடேசு.

ஸ்டேஷனை நெருங்கியதும் ரயில் கத்தாழை வரிசையும் தந்தி மரங்களின் இரைச்சலும் ஸ்டேஷன் மாஸ்டரின் சத்தம் போட்டு டெலிபோனில் பேசும் குரலும் மாநோம்பில் கலர்ப் பட்டாக் கத்திகளை வரீசையாக நிறுத்திவைக்கிற மாதரி பச்சை, சிவப்பு நிறத்தில் கைகாட்டிகளை இறக்கி ஏற்றும் கைபிடிகளும் பிளாட்பாரத்தின் நெடூக ஓரத்தில் நிற்கும் கருப்புப் பட்டை வேலியும் பள்ளிக்கூடத்தில் தொங்குகிற மாதரி தண்டவாளத் துண்டு மணியும் அடிப்பதற்காக அதில் துவாரத்தில் சொருகப்பட்ட தலை மழுங்கிய நீண்ட கனமான போல்ட்டும் எல்லாமே வழக்கம் போல் அப்படியே இருந்தன!

வேப்பமரக் கிளைகள் ஒன்றோடு ஒன்று மெதுவாக உராய்ந்து ரகசியம் பேசிக்கொண்டிருந்தன.

பிளாட்பாரத்தில் இரண்டு மூன்று மிளகாய் நாற்றுக் கட்டுகள் வைக்கப்பட்டிருந்தன. இதுவும் ரயில் ஏறிப்போகப் போகிறதோ, ரயிலிலிருந்து இறங்கி இருக்கிறதோ தெரியவில்லை. எங்கோ ஒரு நாற்றங்காலில் பிறந்து வளர்ந்த ஒரு பயிரை எங்கோ ஒரு இடத்துக்கு நடுவதற்குக் கொண்டுபோகிறார்கள்.

எல்லோரும் எழுந்து ரயிலுக்காக பிளாட்பாரத்தில் நின்றார்கள். தூரத்தில் புகை தெரிந்தது. அப்புறம் கண்ணுக்கும் தெரிந்தது. ஒரு வளைவில் ரயில் தனது நீண்ட உடம்பைக் காட்டி மறைத்தது.

நாக்கு ஆடாத ஊமைக் குலவை இட்டுக்கொண்டே ஓடிவந்து கொண்டிருந்தது. அந்தக் கூவல் மனசை என்னவோ செய்தது. சில நெஞ்சங்களுக்குக் களிப்பூட்டு கிறது. சில மனசுகளுக்கு விவரிக்க இயலாத பிரிவுச் சோகத்தைத் தருகிறது. அந்த அநாமத்து ஒலியில் நிறைய்யச் செய்திகள் அடங்கியிருக்கிறது.

தரை அதிரும்படியாக ரயில் தங்களைக் கடந்து போகும் போது வேப்பிலைச் சருகுகளும் பயித்யாரத்தனமாகக் கொஞ்சத் தூரம் அதோடு ஓடியது.

குமாரபுரம் ரொம்பச் சின்ன ஸ்டேஷன். நின்ற வேகத்திலேயே வண்டியும் புறப்பட்டுவிடும். செய்வதறியாத ஒரு வேகம், பரபரப்பு வந்து அப்போது ஆட்டுவிக்கும்.

‘என்ன இன்னும் நிக்கிறதே’ என்கிற மாதரி கார்டு விசில் ஊதி பச்சைக் கொடி வீசினார்.

‘போய்ட்டு வாரேன்’ என்று தலையை ஆட்டத்தான் முடிந்தது செந்திவேலிடம்.

பாவம் செந்திவேல்; அவனும் தங்களோடு வந்திருக்கலாம் படிக்கிறதுக்கு. அப்புறம் காளி கோயிலுக்கு யார் பூசை வைக்கிறது. அதோடு அவர்கள் வீட்டில் அவனைப் படிக்கவைக்கும் நிலையில் இல்லை.

செந்திவேல் கண்ணுக்கு மறைந்ததும் தூரத்திலுள்ள தன்னுடைய ஊரையே பார்த்துக்கொண்டிருந்தான் வெங்கடேசு.

கொஞ்சங் கொஞ்சமாக ஊரும் மறைந்துகொண்டே வந்தது.

தனது ஊரும் தான் பிரியமாகச் சேகரித்த பறவை முட்டைகளையும் பிரிந்து ஒரு அந்நிய இடத்துக்குப் போகிறான். ரயில்வே லயனை ஒட்டி, தன் வயசுப் பிள்ளைகள் ஆடுகளை மேய்த்துக்கொண்டே தொறட்டிக் கம்பைப் பிடதியில் வைத்து அதில் இரண்டு கைகளையும் அகலமாக்கிப் போட்டுக்கொண்டும் தரையில் ஊன்றி நின்றுகொண்டும் ஓடுகிற ரயிலை மலர்ந்த முகத்துடன் பார்த்துக்கொண்டிருந்தார்கள்.

வெளியிலேயே பார்த்துக்கொண்டிருந்துவிட்டு உள்பக்கம் திரும்பியபோது தன்னைப் பார்த்துப் பல முகங்கள் சிரித்து வரவேற்பது தெரிந்தது. அவர்களும் தன்னைப் போலவே பெட்டி படுக்கைகளுடன் படிக்கப்போகும் பையன்கள்.

தன்னுடைய உலகத்தை மறந்து வெங்கடேசும் அவர்களைப் பார்த்துச் சிரிக்க முயன்றுகொண்டே போய் அசோக்கின் பக்கத்தில் உட்கார்ந்தான்.

ரயில் ஜிகு ஜிகு ஜிகு ஜிகுவென்று போய்க்கொண்டிருந்தது.

• • •